சே குவேரா
கனல் மணக்கும் வாழ்க்கை

சே குவேரா
கனல் மணக்கும் வாழ்க்கை

சு.பொ. அகத்தியலிங்கம்

CHE GUVERA KANAL MANAKKUM VAZHKKAI(in Tamil)
S.P. AGATHIYALINGAM
First Published: December, 2015

Published by

BHARATHI PUTHAKALAYAM
7, Elango Salai, Teynampet, Chennai - 600 018
Email: thamizhbooks@gmail.com
www.thamizhbooks.com

சே குவேரா கனல் மணக்கும் வாழ்க்கை
சு.பொ. அகத்தியலிங்கம்
முதல் பதிப்பு: டிசம்பர், 2015

வெளியீடு:

7, இளங்கோ சாலை, தேனாம்பேட்டை, சென்னை - 600 018.
தொலைபேசி : 044 24332424, 24356935 விற்பனை: 24332924

விற்பனை நிலையங்கள்
7, இளங்கோ சாலை, தேனாம்பேட்டை, சென்னை - 600 018

திருவல்லிக்கேணி: 48, தேரடி தெரு | **பெரம்பூர்:** 52, கூக்ஸ் ரோடு
வடபழனி: பேருந்து நிலையம் எதிரில் அடையார் ஆனந்தபவன் மாடியில்
ஈரோடு: 39, ஸ்டேட் பாங்க் சாலை | **திண்டுக்கல்:** பேருந்து நிலையம்
நாகை: 1, ஆரியபத்திரபிள்ளை தெரு | **திருப்பூர்:** 447, அவினாசி சாலை
திருவாளூர்: 35, நேதாஜி சாலை | **சேலம்:** பாலம் 35, அத்வைத ஆஸ்ரமம் சாலை,
சேலம்: 15, வித்யாலயா சாலை | **மயிலாடுதுறை:** ரசாக் டவர், 1J, கச்சேரி சாலை
அருப்புக்கோட்டை: 31, அகமுடையார் மகால் | **நெய்வேலி:** சி.ஐ.டி.யூ அலுவலகம்,
மதுரை: 37A, பெரியார் பேருந்து நிலையம் | **மதுரை:** சர்வோதயா மெயின்ரோடு,
குன்னூர்: N.K.N வணிகவளாகம் பெட்போர்ட் | **செங்கற்பட்டு:**1 டி., ஜி.எஸ்.டி சாலை
விழுப்புரம்: 26/1, பவானி தெரு | **திருநெல்வேலி:** 25A, ராஜேந்திரநகர், பாளையங்கோட்டை
விருதுநகர்: 131, கச்சேரி சாலை | **கும்பகோணம்:** ரயில் நிலையம் அருகில்
வேலூர்: S.P. Plaza 264, பேஸ் மிமி , சத்துவாச்சாரி | பேருந்து நிலையம் அருகில்,
தஞ்சாவூர்: காந்திஜி வணிக வளாகம் காந்திஜி சாலை | **விருதாசலம்:** 511A, ஆலடி ரோடு
திருச்சி: வெண்மணி இல்லம், களூர் புறவழிச்சாலை | **பழனி:** பேருந்து நிலையம்
தேனி: 12,பி, மீனாட்சி அம்மாள் சந்து, இடமால் தெரு
கோவை: 77, மசக்காளிபாளையம் ரோடு, பீளமேடு | **தி.மலை:** முத்தம்மாள் நகர்,
நாகர்கோவில்: கேவ் தெரு, டோத்தி பள்ளி ஜங்ஷன்
சிதம்பரம்: 22A/ 18B தேரடி கடைத் தெரு, கீழவீதி அருகில்
மன்னார்குடி: 12, மாரியம்மன் கோவில் நடுத்தெரு

நினைத்த நூல்கள்... நினைத்த நேரத்தில்...

ரூ.90/-
அச்சு: கணபதி எண்டர்பிரைசஸ், சென்னை - 600 005.

எழுதச்சலிக்காத நெருப்புவரிகள்...

'எழுதச்சலிக்காத நெருப்புவரிகள்' என்பதன் பொருளாய் இருப்பது சேகுவேராவின் வாழ்க்கை வரலாறுதான். ஏற்கனவே பலரால் எழுதப்பட்டுவிட்டது.

சேஎழுதிய 'பயணக்குறிப்புகள்' அவர் வாழ்வின் முக்கிய நிகழவுகளை நமக்குக் காட்டும். அவரது பயணத்தோழர்களில் ஒருவரான கலிகர் எழுதிய' சே உருவானகதை' இன்னொரு முகத்தைக்காட்டும்.

ஜோர்ஜிகாஸ் நாடா எழுதிய' சேகுவேரா: வாழ்வும்மரணமும்' ஆய்வுநோக்கில் சேவின் வாழ்வை நம்மோடு பேசும்.

சிஐஏ உளவுகுறிப்புகளினூடே சேவோடு நம்மைகை குலுக்கவைத்தார் மாதவராஜ்.

இன்னும் பலர் சே குறித்து எழுதிவிட்டனர். சே குறித்த வெளியீடுகளோ நம்மிடம் குவிந்து கிடக்கின்றன.

இவற்றுக்கிடையே சேவின் வாழ்க்கை வரலாற்றை எளிமையாக எழுதித்தர இயலுமா என பாரதி புத்தகாலய தோழர் நாகராஜ் கேட்டார். சேகுவேரா மீதுள்ள காதலால் உடன் ஒப்புக்கொண்டேன். மீண்டும் எல்லாப் புத்தகங்களையும் படித்தேன்.

வார்த்தைகளும் வீரியமும் ஒருப்போல எல்லா புத்தகங்களிலும் வெளிப்பட்ட இடங்களும் உண்டு; தகவல்கள் முரண்பட்ட இடங்களும் உண்டு. நான் ஆய்வாளனல்ல. நான் புதிதாய் சே வரலாற்றைச் சொல்லவும் இல்லை; ஏற்கெனவே பலர் போட்ட தடத்தில் பயணித்திருக்கிறேன். அவ்வளவே.

எழுத்தாளர் காப்ரியில் மார்கோஸ் கூறுவது போல் இலட்சக்கணக்கான பக்கங்களில் ஆயிரம் வருடங்கள் வேண்டுமானாலும் எழுதிக்கொண்டிருக்கலாம். எனினும் நான் ஏறத்தாழ 25 ஆயிரம் வார்த்தைகளைக் கொண்டு அந்த மாபெரும் எரிமலையை உங்களிடம் கொண்டு வருகிறேன்.

ஆயினும் ஒன்றை என்னால் உறுதியாகச் சொல்லமுடியும்; புதிய வாசகர்களுக்கு சேகுவேராவை உரியமுறையில் அறிமுகம் செய்யும் பணிக்கு நான் தகுந்த நியாயம் வழங்கி இருக்கிறேன். குழந்தை சேகுவேரா முதல் உயிர்தெழுந்த கங்காய் உலாவரும் சேகுவேரா வரை சுருக்கமான அறிமுகமாய் இது அமையும்.

மேலும் அறியவிரும்புவோர். சேவின் பயணக் குறிப்புகளையும் இதர நூல்களையும் படித்தறிக!

ஏகாதிபத்தியத்தை வீழ்த்த; உலகமய சுரண்டலிலிருந்தும் அடக்குமுறையிலிருந்தும் மீள சே உயர்த்திப் பிடித்த துணிவை, அர்ப்பணிப்பை, சர்வதேசிய முன்னுதாரணத்தை, பற்றி நிற்க சிறிதேனும் இந்நூல் தூண்டுமானால், அதுவே என் எழுத்துக்குக் கிடைத்த வெற்றி, விருது எல்லாம் ஆகும்.

இந்நூலின் வீரியத்துக்கு சேகுவேராவே காரணம். இதில் காணும் பிழைகளுக்கு நானே பொறுப்பு. களத்தில் நிற்கும் அனைவருக்கும் இந்நூலை காணிக்கை ஆக்குகிறேன்.

இந்நூல் வெளிவர உறுதுணையாய் இருந்த தோழர்களுக்கும், என் இணையருக்கும், மற்றும் அனைவருக்கும் நன்றி ! நன்றி !

சு.பொ. அகத்தியலிங்கம்

Agathee2007@gmail.com
Mob: 096325 62964 / 09442202734

1

எப்போதும் அம்மா பிள்ளை

"அப்பா! நான் வெனிசுலாவுக்குச் செல்லப் போகிறேன்"

"எவ்வளவு நாட்கள் அங்கே இருக்கப் போகிறாய்?"

"ஒரு வருடத்திற்கு"

"அப்படியானால் சிச்சினா?"

"அவள் என்னைக் காதலிக்கிறாள் என்றால் நிச்சயம் காத்திருப்பாள்"

இது தந்தைக்கும் மகனுக்கும் இடையே நடந்த உரையாடல்.

"என் மகனுக்கு திடீரென்று ஏற்படும் ஆர்வங்கள் பழகிப்போன விஷயம்தான். ஆனால் அவன் அப்பெண்ணை மிகவும் நேசித்ததை அறிந்திருந்ததால், புதியனவற்றைக் கண்டறிய வேண்டும் என்ற அவனது வேட்கைக்கு அது தடையாக இருக்குமென நினைத்தேன். எர்னஸ்டோவை என்னால் புரிந்து கொள்ள முடியவில்லை. என்னால் புரிந்து கொள்ளமுடியாத பல விஷயங்களும் அவனிடம் இருந்தன. அவற்றைக் காலப்போக்கில்தான் என்னால் புரிந்து கொள்ள முடிந்தது. பயணத்தின் மீது அவனுக்கு இருந்த வேட்கையானது புதியனவற்றைக் கண்டறிய வேண்டுமென்ற அவனுடைய விருப்பத்தின் இன்னொரு அம்சம் என்பதை நான் அப்போது உணரவில்லை. ஏழைமக்களின் தேவைகளைப் புரிந்து கொள்ள வேண்டுமென்றால் உலகம் முழுவதும் பயணம் செய்ய வேண்டும்; அதுவும் இயற்கைக் காட்சிகளை ரசித்தவாறு அழகான புகைப் படங்களை எடுப்பதற்காக நிற்கும் சுற்றுலாப் பயணியாக அல்ல. அவன் செய்ததைப் போல, சாலையின் ஒவ்வொரு திருப்பத்திலும் எதிர்கொள்ளும் மனிதர்களின் துயரத்தைப் பகிர்ந்து கொள்பவனாகவும் அந்த துயரத்திற்கான காரணங்களைக் கண்டறிய முயல்பவனாகவும் இருக்க வேண்டும் என்பதை அவன் அறிந்திருந்தான். அவனுடைய பயணங்கள் சமூக ஆய்வின் ஒரு வடிவமாக இருந்தன; எல்லாவற்றையும் நேரில் காணவேண்டும் என்பதற்காக அவன் பயணம் செய்தான். அதே சமயத்தில் மற்றவர்களின் துயரத்தைக் களைவதற்கும் முயற்சி செய்தான்."

"அத்தகைய உறுதியுடனும் நேசத்துடனும் வெறுப்புணர்வு சிறிதுமற்ற இதயத்துடனும் பிறருக்காகத் தனைத்தானே தியாகம் செய்யும் விருப்பத்துடனும்தான் அவன் உலகெங்கிலுமுள்ள பெரும்பாலான ஏழைமக்களின் துயரமான நிலைமைகளை ஆழமாக ஆய்வு செய்திருக்க முடியும். பல ஆண்டுகளுக்குப் பிறகு அவனுடைய தொடர்ச்சியான பயணங்களைப் பற்றி மீண்டும் சிந்திக்கும் போது, இந்த அனுபவங்கள்தாம் தன்னுடைய உண்மையான லட்சியத்தைப் புரிந்துகொள்ள அவனுக்கு உதவியிருக்கும் என நான் உணர்ந்தேன்."

சே குவேராவின் தந்தை எர்ன்ஸ்டோ குவேரா லிஞ்ச் தன் மகனின் பயண ஆர்வம் குறித்து மொழிந்தவற்றில் சில பகுதிகளே மேலே காண்பவை.

அவனுக்கு அப்போது "சே" என்கிற பெயரில்லை. தமிழர்களை மும்பைவாசிகள்"மதறாசி" என அழைப்பது போல; அர்ஜென்டின மக்களை பிற லத்தின் அமெரிக்க மக்கள் - குறிப்பாக லத்தின் மொழி பேசும் மக்கள் "சே" என அழைப்பர். ஃபிடல் காஸ்ட்ரோவுடன் மெக்ஸிக்கோவில் கைகோர்த்து புரட்சிப்பாதையில் அடிவைத்த காலகட்டத்தில் காஸ்ட்ரோவும் சக தோழர்களும் செல்லமாக "சே" என விளிக்க, அதுவே அவனுக்கு நிரந்தர அடையாளமாகிவிட்டது. கியூப மத்திய வங்கியின் தலைவராக்கப்பட்டபோது 'பெசோ' எனப்படும் கியூப நாணயத்தில் சே குவேரா என்றே கையெழுத்திட்டார்.

சேவின் இயற்பெயர் எர்ன்ஸ்டோ குவேரா டி லா ஸெர்னா என்பதாகும். அர்ஜென்டினாவில் மூன்றாவது பெரிய நகரமான ரொஸாரியாவில் 1928 ஜூன் 14 ஆம் நாள் பிறந்தார். தந்தை எர்ன்ஸ்டோ குவேரா லிஞ்ச். தாய் ஸெலியா டி லா ஸெர்னா. பெற்றோருக்கு அவன் முதல் பிள்ளை. செல்லத்திற்கு கேட்கவா வேண்டும்.

"கடவுளின் தெற்கு ராஜ்யம்" எனப்படும்அர்ஜென்டினாவில் அவனது குடும்பம் பன்னிரண்டு தலைமுறைகளாக வாழ்ந்துவருகிறது. இப்படி தலைமுறை தொடர்ச்சியும் பாரம்பரியமும் இவர்களை அவ்வட்டாரத்தின் மேட்டுக்குடியினராக்கிவிட்டது. குவேரா என்பது அவர்களின் குடும்பப் பெயர் எனலாம்.

"அர்ஜென்டினாவின் கிராமப்புற சங்கம்" எனப்படும் நிலவுடைமையாளர்கள் அமைப்பை நிறுவியவர்களில் கஸ்பார் லிஞ்சும் ஒருவர். இவர் சே வின் தாத்தாவழி மூத்த தலைமுறையைச் சார்ந்தவர். என்ரிக் லிஞ்ச் என்பவரும் இதன் முக்கிய உறுப்பினராக இருந்தார். சே அறிந்த ஒரே பாட்டியான அனா லிஞ்ச் தாராளவாதியாகவும் பகுத்தறிவுவாதியாகவும் இருந்தார்.இவருடைய

உடல் நலக்குறைவே சே வை பொறியியலுக்குப் பதில் மருத்துவம் படிக்க உந்தித் தள்ளியது.

சேவின் தாயார் லெஸ்லியா சிறுவயதிலேயே தந்தையை இழந்தார். அடுத்து தாயையும் இழந்தார். சகோதரி கார்மன் டி லா ஸெர்னாவின் அரவணைப்பிலேயே வளர்ந்தார். அர்ஜென்டினா கம்யூனிஸ்ட் கவிஞர் காயடானோ கோர்டோவா இடுர்புருவைத்தான் ஸெர்னா திருமணம் செய்து கொண்டார். இத்தம்பதிகள் ஏறத்தாழ பதினான்கு ஆண்டுகள் கம்யூனிஸ்ட் கட்சியில் உறுப்பினராகத் தீவிரமாகச் செயல்பட்டவர்கள்.

சேயின் தாயார் லெஸியா தன் தாய்வழியில் புனித இருதய பள்ளி மூலமாகக் கத்தோலிக்கக் கல்வியைப் பெற்றிருந்த போதிலும்;அவரது சகோதரி ஸெர்னாவின் சுதந்திரமான, முற்போக்கான, இடதுசாரி, கருத்துகளே அவரை வார்த்தன. லெஸியா மதஎதிர்ப்புணர்வுமிக்க பெண்ணியவாதியாக, ஒரு சோஷலிஸ்ட்டாக உருவானார். பல போராட்டங்களை நடத்தினார். பங்கேற்றார். மரணம் வரை தன் தனித்த முற்போக்கு அடையாளங்களைக் கொண்டவராகவே திகழ்ந்தார்.

மாறாக சேவின் தந்தை குவேரா லிஞ்ச் தொடங்கிய பல தொழில்கள் தோல்வியிலேயே முடிந்தன. அவரே பின்னர் ஒப்புக் கொண்டது போல தன் மனைவியின் பூர்வீச சொத்தான கால்நடை வளர்ப்புப் பண்ணையும் நிலமும் கைவசம் இருந்தும் அவர் பெருவெற்றி பெறவில்லை.

அவருடைய பல தொழில் முயற்சிகள் காரணமாகவே அடிக்கடி இடம் பெயர்ந்தார் லிஞ்ச். பியூனஸ் அயர்ஸில் இவர்கள் திருமண வாழ்க்கை தொடங்கிய போதிலும் அங்கே வாழாமல் "பச்சைத் தங்கம்" எனக் கருதப்பட்ட 'மேட்' எனப்படும் அர்ஜென்டினா தேயிலைத் தோட்டத்தை வாங்கும் பொருட்டு முதலில் மிஷியோன்ஸ் பிரதேசத்தில் இருந்த பரானாவின் மேற்குப் பகுதியிலுள்ள போர்ட்டோ காராகுவாட்டோவுக்குச் சென்றனர். லெஸியா ஏழுமாத கர்ப்பிணியாக இருந்தபோது அப்பிரதேசத்துக்கு அருகிலுள்ள ரொஸாரியாவுக்குச் சென்றார். குவேரா லிஞ்ச் திட்டமிட்டபடி தேயிலைத் தோட்டம் எதுவும் வாங்கவில்லை. சே அங்குதான் பிறந்தான். அதுவும் ஒருமாதம் முந்தியே பிறந்தான். தேதே என் அன்பொழுக செல்லப் பெயரால் அழைத்து உச்சி மோந்தார் தாய். எப்போதும் தாயாருக்கு மிகவும் பிரியமானவன் தேதே.

வாசகர்களுக்கு ஏற்படும் குழப்பத்தை தவிர்க்கும் பொருட்டு சே என்றே நூல் நெடுகக் குறிப்பிடுவோம்.

சே பிறந்தவுடன்குடும்பம் அங்கிருந்து மீண்டும் பியூனஸ் அயர்ஸிற்கு அருகிலுள்ள ஸான் இசித்ரோ எனும் இடத்திற்கு குடி பெயர்ந்தது. இங்கே கப்பல் கட்டும் தொழிற்சாலை ஒன்றில் தந்தை குவேரா லிஞ்ச் பங்குதாரராக இருந்தார். லெஸியா தன் மகனைப் பொத்திப் பொத்தி வளர்க்காமல் சுதந்திரமாக வளர்த்தாள்.லெஸியா ஒரு நீச்சல் வீராங்கனை நீச்சலில் ஆர்வம் அதிகம் கொண்டவள். அந்நகரில் ப்ளேட் நதிக்கரையிலுள்ள கப்பல் கட்டும் துறைக்கு அடிக்கடி சேவை அழைத்துச் செல்வார். தண்ணீரில் ஆட்டம் போட விரும்பாத குழந்தைகள் உண்டோ?

சே பிறந்த நாற்பதே நாளில் கடும் நிமோனியாக் காய்ச்சலுக்கு ஆளானான். கடுமையான சளியும் ஜூரமும் பாடாய்ப் படுத்தி எடுத்தது. கிட்டத்தட்ட செத்துப் பிழைத்தான். மீண்டும் 1930 ஆம் ஆண்டு சேவுக்கு சுமார் இரண்டு வயதிருக்கும் போது ஆஸ்த்மாவின் முதல் தாக்குதல் ஆரம்பித்தது. பின்னர் அது தொடரலாயிற்று. நான்கு வயதாக இருக்கும் போது ஆஸ்த்மாவின் தாக்குதல் தீவிரமானது. எழுத்தாளர் பாச்சோ ஓடோனாலின் தந்தையும், குழந்தை மருத்துவ நிபுணருமான மரியோ ஓடோனாஸ் ஒரு யோசனை சொன்னார். சே வுக்கு ஆஸ்த்துமா தாக்குதல் அதிகமாக உள்ளது. இங்குள்ள சீதோஷ்ணநிலையும், சூழலும் நோயின் தன்மையை மேலும் கடினமாக்கும் எனவே எங்காவது மலைப் பிரதேசத்தில் வாழ்வது குழந்தையின் உடல்நலனுக்கு உகந்தது என்றனர்.

இடம் பெயர்வதில் கொஞ்சமும் சலிக்காத குவேரா தம்பதியர் குழந்தையின் உடல் நலனுக்காக மீண்டும் புதிய இடம் தேடலானார்கள். சியாரா சிக்கா மலைகளின் அடிவாரத்தில் கடல் மட்டத்திலிருந்து 600 கிமி உயரத்திலிருந்த ஆல்ட்டா கிரேஷியா எனும் கோடைவாழ் தலத்தை தேர்வு செய்து குடியேறினர். இந்த இடம் கோர்ட்டோபா நகரத்திலிருந்து நாற்பது கி.மீ தொலைவில் அமைந்தது.

கோர்ட்டோபாவிலுள்ள இந்த சியாரா மலையை மந்திர மலையென மக்கள் செல்லமாகக் குறிப்பிடுவர். மலைகளால் சூழப்பட்ட ஆல்ட்டா கிரேஷியா நகரின் சீரான சீதோஷ்ண நிலை ஆஸ்த்துமா நோயாளிகளுக்கு இதமாக அமைந்தது. வசதியான குடும்பத்தினர் இங்கு வீடு வாங்கி குடிபோகவே விரும்பினர். பொதுவாக அர்ஜென்டினா மேட்டுக்குடி மக்களுக்கு நுரையீரல் தொடர்பான நோய்களின் தாக்குதல் இருந்தது. குறிப்பாக ஆஸ்த்துமா, நிமோனியா, காசநோய் உள்ளிட்டவைகளின் தாக்கத்திலிருந்து தப்பிக்க இந்த நகரத்தைத் தேர்வு செய்வர்.

சேவின் தாயார் ஸெலியாவும் இந்நோயால் அவதிப்பட்டிருக்கிறார் எனவே இது பாரம்பரிய நோயாக சேவைத் தாக்கியிருக்கக் கூடும். ஆயினும், குடும்பச் சண்டைகளின் போது "ஸெலியா பொறுப்பற்று குளிரில் சேவை ஆட விட்டதால்தான் இந்நோய் வந்தது" என தந்தை குவேரா லிஞ்ச் குற்றஞ்சாட்டுவது வாடிக்கை.

இங்கேதான் குவேரா குடும்பத்துக்கும் ஆஸ்த்துமா மருத்துவர் கார்லோஸ் கலிகர் ஃபெரர் குடும்பத்துக்கும் நட்பு முகிழ்த்தது. கார்லோஸின் மகன் கலிகரோடு சே பழகத் துவங்கியது இங்கேதான். கார்லோஸின் மருத்துவ சிகிட்சையும் நகரின் சிதோஷ்ணமும் சே ஒரளவு நலம்பெற உதவியது.

சேவின் தந்தை கொஞ்சம் கோபக்காரராக இருப்பினும், தன் மகன்மீது பாசத்தைப் பொழியத் தவறவில்லை. ஆஸ்த்துமாவால் மூச்சுவிடமுடியாமல் திணறும் சமயங்களில் தன் தந்தையின் மார்மீது சாய்ந்தே இருப்பான். அவரும் தூக்கம் விழித்து அவனைக் கவனித்துக் கொள்வார். அவர் அப்போது அந்நகரில் கட்டிடம் கட்டும் தொழிலில் ஈடுபட்டிருந்தார்.

பெரர் குடும்பமும் குவேரா குடும்பமும் சே சிகிட்சையின் பொருட்டு சந்தித்தது நட்பாக மாறியது. இவர்கள் இரு தம்பதியரும் இளம் வயதினர் பொருளாதார ரீதியிலும் சமூக அந்தஸ்த்து உள்ளவர்கள். எல்லாவற்றையும்விட இறுக்கமான மதச்சூழலுக்கு இடையே மதச்சார்பற்ற கருத்தோட்டம் கொண்டவர்கள். மதச்சார்பற்ற பழமைவாத சோஷலிஸ்ட்டுகளை ஆதரித்தவர்கள்..

சே பிறக்கும்போது இருந்த அர்ஜெண்டினா ஒரளவு வளமான நாடென்றே சொல்லலாம். அது நீடிக்கவில்லை. 1930 ல் உலகைப் பீடித்த பொருளாதாரப் பெருமந்தத்தின் விளைவு அர்ஜெண்டினாவிலும் கடுமையாக எதிரொலித்தது. 1931ல் ஸ்பெயினில் ஏற்பட்ட புதிய ஆட்சியை இரு குடும்பமும் ஆதரித்தன. உள்நாட்டுப் போரில் தேசமே குடியரசு வாதிகள், பாசிச எதிர்ப்பாளர்கள், ஃபேலன்ஷிட்டுகள் எனப் பிரிந்தபோது இவ்விரு குடும்பத்தினரும் குடியரசுவாதிகள் பக்கமே நின்றனர்.

ஆஸ்த்துமா தாக்குதல் இருப்பினும், சேவைப் பிடித்து இழுத்து வைக்காமல் சுதந்திரமாக ஆடி ஓடி விளையாட அனுமதித்தார் அவன் தாய். இதனால் தனக்கு தன்னம்பிக்கை வளர்ந்ததையும் நோயை எதிர்த்து நிற்க முடிந்ததையும் சே நன்றியோடு பின்னர் ஒரு சந்தர்ப்பத்தில் தன் தாய்க்கு எழுதிய கடிதத்தில் நினைவு கூர்ந்துள்ளான்.

மூத்தமகன் என்பதாலும் ஆஸ்த்துமா நோயாளி என்பதாலும் தாயார் மகன் மீது பாசம் பொழிந்ததை அளவிட வார்த்தைகளேது? சே வீட்டிலேயே ஆரம்பக் கல்வியைக் கற்க வேண்டிய சூழல்.

சே இரண்டாம் வகுப்புக்கும் மூன்றாம் வகுப்புக்கும்தான் ஓரளவு சென்றான். ஐந்து ஆறு வகுப்புகளுக்கு சென்ற நாட்கள் குறைவு. தம்பிகளே வீட்டுப்பாடங்களை எழுதிக் கொடுத்தனர் அன்றைய அர்ஜென்டினா சூழலில் அரசுப் பள்ளியில் பயின்றான். எட்டாம் வகுப்புவரை கட்டாய பொதுக் கல்வி அமுலில் இருந்த சமூகம் அது. அதிகநாள் விடுப்பு எடுத்ததால் காரணம் கேட்டு இவர் பெற்றோர்களுக்கு கடிதமே வழங்கப்பட்டது.மேலும் பெரும்பகுதி நேரம் புத்தகங்களோடு கழிக்க வேண்டிய உடல் நிலை சேவுக்கு இருந்தது.

அந்தக்கால குழந்தை இலக்கியங்களைப் விரும்பிப் படித்தான். இந்த ஆர்வம் படிப்படியாக வளர்ந்தது. டூமாஸ், ராபர்ட் லூயி ஸ்டீவசன், ஜேக லாண்ட், ஜூல்ஸ் வெர்ன், எமிலியோ சர்க்காரியா போன்றோரின் வீரசாகச நாவல்கள் சிறுவன் சேவின் பெருவிருப்பமாக இருந்தன,

"புத்தகங்களின் மீது சேகுவேராவுக்கு வாழ்நாள் முழுவதும் தீராக் காதல் ஏற்படுவதற்கும், தணிக்க முடியாத அறிவுபூர்வமான வேட்கை பிறப்பதற்கும் இதுவே காரணமாக அமைந்தது" என்பார் சே வின் வாழ்க்கை வரலாற்றை எழுதிய ஜோர்ஜ் ஜி காஸ்டநாடா.

அதே போல் பெற்றோர்களுக்கு உடற்பயிற்சி செய்யும் வழக்கம் இருந்ததால் சேவுக்கும் அது வழக்கமானது. தாய் தந்தை தந்த ஊக்கத்தால் நீச்சல், மலையேற்றம், குதிரைச் சவாரி என தொடர் பயிற்சியின் மூலமும், தொடர் மருத்துவ சிகிட்சை மூலமும் உடலை வலுவாக்க சே முயன்றான்.

பள்ளியில் சராசரி மாணவனாகவே இருந்தான் எனினும் எல்லோரிடமும் அன்பாகப் பழகினான். தெருவில் மிட்டாய் விற்கும் சிறுவனான ரோஸாண்டா ஸக்காரியாவைப் போல கருப்பு நிறமுடைய மோரோச்சோக்களோடும் பிற அடித்தட்டு மக்களோடும் நடுத்தர வீட்டுப் பிள்ளைகளோடும் சமமாகப் பழகினான்.

சேவுக்கு ஐந்து வயதுவரை அவனது குடும்பம் நகரம் விட்டு நகரம் இடம் பெயர்ந்தது. பதினைந்துவரை வீடு மாறிக்கொண்டே இருந்தனர். வீட்டின் ஒப்பந்த காலம் முடியும் போதெல்லாம் வீடு மாறினர். பொதுவாக குவேராக்கள் இப்படி இடம்விட்டு இடம் பெயர்ந்து கொண்டே இருப்பவர்கள். இதுவும் ஒருவித வாழ்க்கைப் பயிற்சியானது.

ஸ்பெயின் உள்நாட்டுப்போர் உலகெங்கும் இளைஞர்களைக் கவர்ந்தது போலவே சேவையும் கவர்ந்தது. போரின் உள்ளடக்கத்தை கிரகிக்கிற வயது இல்லையெனினும், அப்போரின் வீரசாகசச் செய்திகள்

சே வை ஈர்த்தன. போரின் முன்னேற்றத்தை படைகளின் நகர்வை சரியாக அறிந்து கொள்ள தன் வீட்டுச்சுவரில் ஸ்பெயின் நாட்டின் வரைபடத்தை மாட்டிவைத்தான். வீட்டுக் கொல்லைப் புறத்தில் பதுங்குகுழிகள் மற்றும் மலைகள் அமைத்து விளையாடினான்.

இந்த போரில் சேவின் ஆர்வத்தை அதிகப்படுத்தியதில் பெரியப்பா கவிஞர் காயடானோ கோர்டோவா இடுர்புருவுக்கும் பெரும் பங்குண்டு. அர்ஜெண்டினா கம்யூனிஸ்ட் உறுப்பினரான அவர், போர்க்கள அயல்நாட்டு நிருபராக ஸ்பெயினில் பணிபுரிந்தார். இந்த சமயத்தில் பெரியம்மா கார்மனும் இரண்டு குழந்தைகளும் சே வீட்டில்தான் தங்கினார். போர்முனையிலிருந்து கோர்டோவா அனுப்பியச் செய்திகளும் படங்களும் சிறுவன் சேவின் மனதில் பெரும் தாக்கத்தை ஏற்படுத்தின.

போருக்குப் பின் ஸ்பெயினிலிருந்து வந்த அகதிகளின் குழந்தைகள் சேவின் பள்ளியிலே உடன் பயின்றனர் இவர்கள் மூலம் சே அறிந்த செய்திகள் அவனை மிகவும் பாதித்தன. இப்போது சேவுக்கு வயது 14.

"ஆக்ஷன் அர்ஜெண்டினா" என்கிற அமைப்பு பாசிசத்தை எதிர்த்து உருவானது. சேவின் தந்தை அதன் நகரக் கிளைச் செயலாளர் ஆனார். இதுகுறித்து குவேரா லிஞ்ச் பின்னர் நினைவு கூர்கையில், "ஆக்ஷன் அர்ஜெண்டினா ஏற்பாடு செய்த ஒவ்வொரு நிகழ்ச்சியிலும், அல்லது அப்படிப்பட்ட நிகழ்ச்சிகளுக்காக நாங்கள் தீவிரமாக விவாதிக்கும் ஒவ்வொரு சமயத்திலும் எர்ன்ஸ்ட் [சே] என்னுடன் இருந்தான்"

அர்ஜெண்டினா அரசியல் மிகவும் கொந்தளிப்பாக இருந்தது. அர்ஜெண்டினா கத்தோலிக்க. ஃபாசிச வலதுசாரிகள் முன்னணிக்கு வந்தனர்.அதேசமயம் சோஷலிஸ்டுகள், கம்யூனிஸ்ட்டுகள், இடது சாரிகள் உள்ளிட்டவர் ஓரணி திரண்டு பழமைவாதம், குறுகிய தேசியவாதம் உள்ளிட்ட பிற்போக்குவாதங்களை எதிர்த்தனர். யுவான்பிரேன் என்கிற முன்னாள் ராணுவ அதிகாரியின் தலைமையிலான கட்சி, தொழிலாளர்களின் பேராதரவுடனும் வலது பிற்போக்காளர்களின் துணையுடனும் ஆட்சிக்கு வந்தது.

1945ஆம் ஆண்டு யுவான்பெரான்சிறையிலிருந்து விடுதலை செய்யப்பட்டார். இதன்நினைவாக அக்டோபர் 17 ஆம்தேதி அப்போது தேசிய விடுமுறைநாளாக அறிவிக்கப்பட்டு இருந்தது. 1946லிருந்து 1955 வரையிலான ஆண்டுகளிலும், 1973லிருந்து, 1974 யில் மரணமடையும் வரையிலும் ஜெனரல் யுவான் பெரான் அர்ஜெண்டினாவின் குடியரசுத் தலைவராக இருந்தார்.

குவேரா குடும்பத்தின் பெரானிய எதிர்ப்பு சேவையும் தொற்றியது வியப்பில்லை. ஆயினும் இதே பெரானுக்கு இருபது ஆண்டுகளுக்கு பிறகு உதவியும் உள்ளார். இது அரசியல் வரலாற்று செய்தி.

குவேரா குடும்பம் கோர்டோபா நகருக்கு இடம் பெயரும் முன்பே வீட்டுச் சூழல் கொஞ்சம் சீர் குலைந்தது. தந்தை கொஞ்ச காலமாகவே பொறுப்பான குடும்பத் தலைவராக நடந்து கொள்ளவில்லை. தாயும் சலிப்புற்றிருந்தார். வீட்டின் பொருளாதார நிலை மெச்சும்படியாக இல்லை. குவேரா தம்பதியினரின் குடும்ப வாழ்விலும் பிரச்சனைகள் வெடித்தன. கோர்டோபாவின் அரசினர் மேல்நிலைப் பள்ளியில் சே சேர்க்கப்பட்டான். அப்பள்ளி பலதரப்பட்ட மாணவர்களோடு பழக வாய்ப்பளித்தது.

இங்கும் ஆஸ்த்மாவுடனான போராட்டம் தொடர்ந்தது. அர்ஜெண்டினர்கள் பெரிதும் விரும்புகிற ரக்பி ஆட்டத்தில் சே ஆர்வம் காட்டினான். கொஞ்சம் முரட்டுத்தனமானதும் சிந்தனையைத் தூண்டுவதாகவும் அந்த விளையாட்டு அமைந்ததும் சேவின் தேர்வுக்கான காரணமாக அமைந்தது. நீச்சல், டென்னீஸ், கோல்ஃப் பிளையாட்டுகளையும் விட்டுவைக்கவில்லை.

டோமாஸ், ஆல்பர்ட்டோ கிரனாடோ சகோதரகள் சேவின் நெருங்கிய நண்பர்களாக இருந்தனர். டோமாஸ் சமவயது. ஆல்பர்ட்டோ ஆறுவயது பெரியவன். இவர்கள் ஒரே பள்ளிக்குச் சென்றனர். ஒரே மாதிரியான கருத்தோட்டம் கொண்டவர்களாயிருந்தனர். சே வின் மோட்டார் சைக்கிள் பயணத்தில் ஆல்பர்ட்டோ கூட்டாளியானாதைப் பின்னர் பார்ப்போம்.

சே வின் ஆங்கிலப் புலமை மோசமானது. ஆங்கிலத்தில் 10க்கு 3 வாங்குவதே பெரிது. அன்னையிடம் கற்றுகொண்ட பிரெஞ்சு மொழி ஓரளவு கை கொடுத்தது. கலை இலக்கியம், தத்துவங்களில் நல்ல மதிப்பெண்களைப் பெற்றான். கணிதம், வேதியல், வரலாறு ஆகியவற்றில் தேர்ச்சி அடைந்தான். இசையிலும் இயற்பியலிலும் படுமோசம். பாடம் சாராத விஷயங்களில் அதிக ஈடுபாடு காட்டினான். பள்ளியில் தேர்வுபெற எவ்வளவு குறைந்த மதிப்பெண்கள் போதுமோ அவ்வளவே பெற்றான்.

ஐந்து குழந்தைகளுக்கு தாயான ஸெலியா மிகவும் உடைந்து போயிருந்தார். அவர் கணவர் ஒரு பெண்பித்தர் என்பதை ஏற்கெனவே அறிவார். அசாதாரண அழகியான ராக்வெல்லுக்கும் குவேரா லிஞ்சுக்கும் இடையிலான உறவு குறித்து ஊரே பேசிக்கொண்டது. ஒரு நாள் ராக்வெல்லை வீட்டிற்கே அழைத்துவந்துவிட்டார். நிலைமை மிகவும் சிக்கலானது. குடும்பம் பிரிந்து வாழ்ந்தது. அதன் சுமைகளையும் கஷ்டங்களையும் ஸெலியா சுமக்க வேண்டியிருந்தது. சேவின் மீதும் சுமை விழுந்தது.

இந்நிலையில் உயர்நிலைப் பள்ளிப் படிப்பை முடிந்ததும் நெடுஞ் சாலைத் துறையில் சிறிது காலம் சே பணியாற்றினான்.சேவின் கடைசித் தம்பி நினைவு கூர்கிறார், "நான் சகோதரனாகவும் மகனாகவும் இருந்தேன்; எர்ன்ஸ்டோ [சே] ஒரே சமயத்தில் என் தந்தையாகவும் சகோதராராகவும் இருந்தார்; அவர் என்னை நடைபழகக் கூட்டிச் சென்றார்; தோள் மீது சுமந்து திரிந்தார்; என்னுடன் விளையாடினார்; அவரை என் தந்தையாக நினைத்தேன"குடும்பம் பியூனஸ் அயர்ஸுக்கு குடிபெயர்ந்தது. சே அங்கு சரியாக ஒட்டவில்லை. எனவே கோர்டோபாவில் தங்கி பொறியியல் படிக்க விரும்பினான். ஆயினும் பியூனஸ் அயர்ஸில் மருத்துவக் கல்லூரியில் சேர்ந்தான்.

கல்லூரி வாழ்க்கையின் போது தன் நண்பர் ஆல்பர்ட் கிரனாடோ ராணுவ எதிர்ப்பு ஆர்ப்பாட்டத்தில் கைது செய்யப்பட்டபோது சே அவரின் பிற நண்பர்களுடன் சிறையில் அவரைப் பார்க்கச் சென்றான். பிற மாணவர்களைத் திரட்டிப் போராட வேண்டும் என்கிற அபிப்பிராயம் அப்போது முன்மொழியப்பட்டது. அதற்கு சே சொன்ன பதில், வருங்கால சேவை நம்முன் நிறுத்துகிறது. சே பதிலளித்தான், "அடித்துத் துவைக்கப்படுவதற்காக நாங்கள் போராட்டம் நடத்த வேண்டுமா? முடியாது. துப்பாக்கி ஒன்று இல்லாமல் என்னால் போராட முடியாது."

பல்கலைக் கழகத்தில் பயிலும்போது மரியா டெல் கார்மன் ஃபெரைரா என்ற பெயர் கொண்டவரும் அன்புடன் சிச்சினா என்றழைக்கப்பட்டவருமான பெண்ணுடன் மலர்ந்த நட்பு காதலாக? அதுவும் உயர்நிலைப் பள்ளிப் பருவம் தொட்டுத் தொடர்கிற அந்த உறவின் பொருளென்ன? பெற்றோர்கள் அந்தக் காதல் அவனது பயண வேட்கையை மட்டுப்படுத்தும் என்று எண்ணினர். இந்த அத்தியாயத்தின் துவக்கத்தில் இடம் பெற்ற உரையாடல் இதனை பறை சாற்றும். பின்னர் விவரமாகப் பார்ப்போம்.

சே எப்போதும் அம்மாமீது அளவற்ற பாசம் கொண்டவராக இருந்தார். சே உருவானதில் அம்மாவின் பாத்திரமே முதற்பகுதியில் பெரும் பங்காற்றியது.அந்தத் தாய் இறந்த போது வரமுடியாத நிலையில் பொலிவியப் போர் களத்தில் கெரில்லாவாக நின்றான். தன் கலக்கத்தை, மனதில் ஆழப்பதிந்த வடுவை வேதனையை வெளிக்காட்டாமல் நின்றான்.

தாய்மீது எல்லையற்ற பாசம்கொண்ட அந்த அம்மா பிள்ளைதான் அவன்; ஆயினும் அவனைப் பிடித்தாட்டிய தேடலும் சாகசவேட்கையும் மனிதகுல மீட்சியில் கொண்ட அளவற்ற காதலும் அவனை உலுக்கியது.. பயணங்கள்.. பயணங்கள்..

அலுப்பற்ற.பயணங்கள்.. அர்ப்பணிப்பு மிக்க பயணங்கள் என்றானது அவனது வாழ்க்கை.. முழுவதும்.. எப்போதும் பயணங்களே! முதல் பயணம் எப்போது எப்படித் துவங்கியது?

2

ஓடத்துவங்கிய கால்கள்... உதறிய காதலி..

"நான் மருத்துவம் பயிலத் தொடங்கியபொழுதோ, நான் மருத்துவராக ஆனபொழுதோ புரட்சியாளன் என்ற முறையில் இப்போது எனக்கிருக்கும் கருத்துகளில் பெரும்பாலானவை உருவாயிருக்கவே இல்லை. எல்லோரையும் போலவே நானும் வெற்றிபெற வேண்டும் என விரும்பினேன்; புகழ்பெற்ற ஆராய்ச்சியாளனாய் வரவேண்டுமென்று கனவு கண்டேன். ஆனால் அப்போது இது தனிப்பட்ட வெற்றியைக் குறித்த கனவாகவே இருந்தது"

இப்படி பின்னர் கூறிய சே முதலில் பொறியியல் படிக்கவே விரும்பினான்; ஆனால் அவன் மருத்துவம் பக்கம் திரும்பியது யதேச்சையானது அல்ல. அவனுடைய பாட்டி அனா லிஞ்ச்சின் மரணம் சேவின் இதயத்தை ஆழமாகப் பாதித்ததால் மருத்துவம் பக்கம் அவன் பார்வை சென்றது; மேலும் அவன் அன்புடன் நேசித்த தாயார் ஸெலியா கடும் புற்று நோயால் அவதிப்பட்டதும்; அறுவை சிகிட்சை செய்து கொண்டதும்கூட சேவைப் பாதித்தது. அன்றைய காலகட்டத்தில் இன்றைக்கு புற்றுநோய் குறித்த மருத்துவமும் விழிப்புணர்வும் இருக்குமளவுக்கு இருந்ததில்லை என்பது யதார்த்தம்.

சேவின் மருத்துவ ஆர்வம் ரொம்பவும் வித்தியாசமானது. ஆம்! சே தொழில் முறையில் மருத்துவப் பணியை பின்னர் ஒரு போதும் மேற்கொண்டதில்லை; தொடக்கம் முதலே மருத்துவத்தில் அவனது ஆர்வம் ஆய்வில்தான் அதிகம் இருந்தது.மருத்துவக் கல்லூரியிலும் வகுப்புகளுக்கு அவன் ஒழுங்காகச் சென்றது கிடையாது. முப்பது பாடங்களில் நான்கில் மட்டுமே நல்ல மதிப்பெண்கள் பெற்றான். மற்ற பாடங்களிலும் குறைந்த மதிப்பெண்களே பெற்றான். நரம்பியலிலும் அறுவை சிகிட்சையிலும் ஜஸ்ட் பாஸ் என்பார்களே; அந்த நிலையே! எப்படியோ ஒவ்வொரு ஆண்டும் தேர்ச்சி பெற்றான் என்பதே செய்தி.

"கலிகா! நாம் கிளம்ப இன்னும் ஓராண்டே உள்ளது ! சீக்கிரம் புறப்படத் தயாராக இரு."

"இன்னும் ஓராண்டிலா !.. யோசித்துச் சொல்.. உனக்கு இன்னும் பன்னீரெண்டு பரிட்சைகள் பாக்தி இருக்கு.."

"அந்தக் கவலை உனக்கு வேண்டாம்.. நான் பாஸ் செய்து விடுவேன்.."

"ஆமாம், ஆமாம் நீ பாஸ் செய்து கிழிச்சே !"

"பொறுத்திருந்து பாரேன்.."

இப்படி தன் நண்பருடன் சே சவால் விட்டான்; அதன்படியே ஜெயித்துக் காட்டினான். சேவின் இயல்பே அதுதான். ஆயினும் இடையிலேயே ஒரு முறைக்கு இருமுறை ஊர்சுற்றிவிட்டான்.

சேவுக்கு கல்லூரி நாட்களில் ஏராளமான பெண் நண்பிகள் உண்டு. அவனைச் சுற்றி வட்டமிடும் பெண்கள் அதிகம். அவனுடைய தோற்றமும் வேடிக்கையான பேச்சும் பெண்களை ஈர்த்தன. டிட்டா இன்ஸ்பெண்டாவுடன் தொடர்ந்து கடிதப் போக்குவரத்து இருந்த போதிலும் அது காதலாக முகிழவில்லை. அதே போல் லா நெக்ரிட்டா என்றழைக்கப்பட்ட கார்மன் கோர்டோவா டி லா ஸெர்னாவுடன் சேவுக்கு காதல் இருக்குதென அவனுடைய தங்கையும் பிறருமே கருதிய போதிலும் அதுவும் காதலாய் வடிவம் எய்தாமல் கரைந்தது. மரியா டெல் கார்மன் ஃபெரைரா என்ற பெயர்கொண்ட சிச்சினாவுடன்தான் காதல் அரும்பியதெனில் அது தவறல்ல.

1950 அக்டோபர் மாதத்தில் ஒரு நாள் நடந்த சம்பவத்தை சிச்சினா நினைவுகூர்கிறார்;

"அந்த வீட்டில் நான் அவரைப் பார்த்தேன்; அவர் படிக்கட்டுகளில் இறங்கி வந்து கொண்டிருந்தார்; நான் திகைப்புற்று நின்றுவிட்டேன். அவர் என் மீது பாதிப்பை ஏற்படுத்தினார். மிகப் பெரிய பாதிப்பு அது; அவர் படிக்கட்டில் இறங்கி வந்து கொண்டிருந்தார்;பிறகு நாங்கள் பேசத் தொடங்கினோம்; இரவு முழுவதும் புத்தகங்களைப் பற்றியே பேசிக்கொண்டிருந்தோம்."

சேவுடன் உயர்நிலைப் பள்ளி தொடங்கி அறிமுகம் இருப்பினும் அது காதல் தோகை விரிக்க இவ்வளவு நாள் காத்திருந்ததோ என்னவோ!

"அந்த பச்சை நிற விழிகளைப் பொருத்த வரையில், அவற்றின் புதிரான ஒளி. நான் அந்தக் கண்களிடம் என்னையே இழந்துவிடும் அபாயத்தை எனக்குச் சொல்கிறது" எனக் கவித்துவமாய் காதல் சொட்ட கடிதங்கள் தீட்டினாள்.

சேவின் தேடல் இன்னும் பரந்துவிரிந்தது; ஆழமானது; இறக்கைகட்டிப் பறப்பது. இந்த உலகை குறைந்தபட்சம் லத்தின் அமெரிக்கா முழுமையையும் அதன் ஆன்மத்துடிப்புடன் அறிந்து கொள்ளும் வேட்கை அவனிடம் முளைவிட்டது.

1949 ஆம் ஆண்டு சேவின் கால்கள் ஓடத்துவங்கின. தானே வடிவமைத்த மோட்டார் பொருத்தப்பட்ட ஒரு சைக்கிளில் தன் தாய் நாடான வடக்குப் பகுதிக்கு பயணம் தொடங்குகிறான். சுமார் 4500 கிமீ பயணம் செய்தான். ஆஸ்துமா நோயாளியான ஒருவர் தன்னந்தனியே இப்படியொரு பயணம் மேற்கொள்ள மிகவும் துணிச்சல் வேண்டும். இந்தப் பயணத்தில் அர்ஜென்டினாவின் இயற்கை அழகையும்; நாகரீக கூறுகளையும் அள்ளிப் பருகினானெனிலும், அவன் உள்ளத்தில் ஊடுருவியது அதுவல்ல; அவன் எழுதிய கடிதமொன்றில் படம்பிடிக்கிறான்;

"சுற்றுலாப் பயணிகளுக்கு உரிய ரசனையை நான் உருவாக்கிக்கொள்ளவில்லை.. தாயகத்தின் பீடங்கள், தேவாலயங்கள்.. திருக்கோயில் பிரசங்க மேடைகள், அதிசயமான கன்னியின் சிறிய உருவம் புரட்சி அரங்கு.. இன்னபிற எதுவும் மக்களையும், அவர்களின் வாழ்க்கை முறைகளையும் அறிந்துகொள்ளத் தகுந்த வழியல்ல; இது மிகவும் ஆடம்பரமான வேடம். மருத்துவ மனைகளில் கிடக்கும் நோயாளிகளிடமும் சிறையில் வதைபடும் மனிதர்களிடமும் காலடியில் பெருக்கெடுத்தோடும் ரியோ கிராண்ட் நதியினை கவனித்தபடியே நாம் பேசிக்கொண்டிருக்கும் மனிதர்களிடமும் தான் மானுட ஆன்மா பிரதிபலிக்கிறது"

இந்தப் பயணத்தை முடித்து மீண்டும் பியூனஸ் அயர்ஸுக்கு படிப்பைத் தொடர திரும்புகிறான். அந்த ஆண்டின் இறுதியில் மீண்டும் அவன் கால்கள் பரபரத்தன. "சிறிது காலத்துக்கு முன் என்னுள் எதுவோ மலர்ந்ததைப் போன்று நான் உணர்கிறேன். நாகரீகத்தின் மீதான வெறுப்பு அது "என பிறிதொரு சந்தர்ப்பத்தில் இதனைக் குறிப்பிட்டான்.

அர்ஜென்டினாவின் வர்த்தகக் கப்பலொன்றில் மக்கள் நல அமைச்சகத்தின் செவிலியராகச் சேர்ந்தான். பிரேசில், டிரினிடாட், வெனிசுலா நாடுகளுக்குப் பலமுறை சென்றுவந்தான். இப்பயணங்கள் சேவுக்கு மகிழ்ச்சி அளிக்க வில்லை. பெரும்பகுதி நேரத்தை கப்பலிலேயே கழிக்க நேர்ந்ததால் இப்பயணம் அவனுக்கு சலிப்பூட்டியது. "துறைமுக நகரங்களைச் சுற்றிப் பார்ப்பதற்குக் கூட நேரம் கிடைக்கவில்லை" என மனம் நொந்து தாயாருக்கு கடிதம் எழுதினான்.

அவன் இப்பயணத்திற்கு முன்பே தன் காதலி சிச்சினாவை சந்தித்தான். "நாம் நோவியோக்கள் ஆகிவிடலாமா?" எனசே கேட்டான். நோவியோக்கள் என்பது திருமணத்திற்கு முந்தைய நெருக்கத்தைக் குறிக்கும். சிச்சினா மிகவும் பதற்றத்துடனும் தயக்கத்துடனும் ஏற்றுக்கொண்டார். "மின்னற்பொழுதேயான முதல் முத்தத்தோடு" இந்தச் சந்திப்பு முடிந்தது. அதன் பின்னர்தான் இந்த வணிக கப்பலில் பயணம் செய்து திரும்பினான். இந்தப் பயணம் கொஞ்சம் பிரிவை ஏற்படுத்தியது.

மீண்டும் சே பயண தயாரிப்பில் ஈடுபடலானான். அப்போது ஒரு சந்திப்பின் போது சிச்சினாவிடம் கூறினான், "நான் பயணம் செல்லப் போவது உண்மை. மாதத்தின் தொடக்கத்தில் அநேகமாக நான் புறப்பட்டுவிடுவேன். திரும்பி வந்த பிறகு சந்திப்போம". இந்த வார்த்தைகள் சிச்சினாவை வருத்தத்தில் ஆழ்த்தின என்பதைச் சொல்லவும் வேண்டுமோ! அதிலும் "திரும்புதலற்ற பயணமாக" இது மாறிவிடக்கூடும் என மிரட்டும் செய்தியை சொன்ன பிறகே, ".. திரும்பி வந்த பிறகு சந்திப்போம்." என்றான். கண்ணீரோடுதான் அன்று சிச்சினா பிரிந்தாள். ஆனால் நிரந்தரப் பிரிவு காத்திருக்கிறது என்பதை அப்போது இருவரும் அறியார்.

அக்டோபர் மாதம் 17 ஆம் தேதி தேசிய விடுமுறை நாள். 1945 ஆம் ஆண்டு யுவான் பெரான் சிறையிலிருந்து விடுதலை செய்யப்பட்டு கோட்டைக்கு அழைத்துச் செல்லப்பட்டு அதிபரான நாள். அந்நாள் தொடர்ந்து தேசிய விடுமுறை தினமாகக் கடைப் பிடிக்கப்பட்டு வந்தது. அன்று காலை தன் அன்பு நண்பன் ஆலபர்ட் கிரானாடாவை அவன் வீட்டில் சே சந்தித்தான். திராட்சைக் கொடியின் கீழ் உட்கார்ந்து கொண்டு 'மேட்' என்ப்படும் அர்ஜெண்டினத் தேயிலையில் தயாரிக்கப்படும் ஒருவகை பானத்தைப் பருகியபடியும்; லா பாடெரோஸா 11 எனப்படும் தங்களின் நாட்டன் 500 ரக மோட்டர் சைக்கிளை பழுது பார்த்தபடியும் உரையாடிக் கொண்டிருந்தனர்.

தான் வேலைபார்க்கும் மருத்துவ மனையில் மிகக்குறைவாக ஊதியம் கிடைப்பதாக ஆல்பர்ட்டோ சலிப்புடன் கூறினான். சே வுக்கும் மருத்துமணை, தேர்வு எல்லாம் சலித்துவிட்டது. காரணம் சுதந்திரமாக கனவு காண்பவனாக இருந்தான் சே,

எனவே சே திடீரெனக் கேட்டான்,"வட அமெரிக்காவுக்குப் போகலாமா?".

ஆல்பார்ட்டோ திரும்பிக் கேட்டான், "வட அமெரிக்காவுக்கா? எப்படி?"

சே உற்சாகமாகச் சொன்னான், "லா பாடெரோஸாவில்தான்.."

இப்படித்தான் அடுத்த கட்ட பயணத் திட்டம் கருக்கொண்டது. ஆனால், கிளம்புவதற்கு முன் மிச்சமுள்ள அனைத்து பாடங்களிலும் தேர்வு எழுதியாக வேண்டியிருந்தது. ஆனால் வட அமெரிக்காவுக்கு அல்ல, முதலில் தென்அமெரிக்க நாடுகளுக்கே மோட்டார் சைக்கிளில் சென்றனர்.

1952 ஆம் ஆண்டு ஜனவரி 4 ஆம் நாள் லா பாடெரோஸா உறுமிக்கொண்டு புறப்பட்டது. இரண்டுநாள் பயணத்துக்குப் பின் வில்லா ஜெஸ்லை அடைந்தது. அங்கே சே வின் மாமா காய்கறிகளோடு பதப்படுத்தப்பட்ட இறைச்சியை பொட்டலம் கட்டி வழித்துணை உணவாகக் கொடுக்க பயணம் தொடர்ந்தது.

அப்போது தன் விடுமுறை நாட்களை மிராமரில் கழித்துக் கொண்டிருந்த தன் காதலியைச் சந்திக்க சே உற்சாக மனோ நிலையில் பயணித்தான். காதலிக்கு பரிசளிக்க தன்னோடு ஒரு நாய்க்குட்டியை எடுத்துச் சென்றான். அந்நாய்க்குட்டிக்கு "கம் பேக்" [come back]அதாவது "திரும்பி வா" எனும் பெயர் சூட்டியிருந்தான். அந்த நாய்க்குட்டியை வைத்திருந்த பை இரண்டு முறை தவறி விழுந்து தப்பிப் பிழைத்தது; இடையில் நாய்க்குட்டி வயிற்றுப் போக்காலும் சிரமம் கொடுத்தது.

மிராமர் கடற்கரையில் சிச்சினாவை சந்தித்த இனிய நினைவுகளை தன் பயணக்குறிப்பில் எழுதும் போது ஒட்டிரோ சில்வாவின் கவிதையை அசை போடுகிறான்;

"படகில்
நீரில் அலையும் ஈரக்கால்கள்
பசியால் மங்கும் முகங்கள்
அவளுக்கும் விதிக்கும் இடையிலான
ஊசலாக என் இதயம்
அவள் கண்களிலிருந்தும்
அவள் கைகளிலிருந்தும்
என்னைப் பிரித்தது எது?
துயரத்தைக் கண்ணீர் மறைக்க
பெய்யும் மழைக்கும்
ஜன்னலுக்கும் அப்பால்
அவள் நிற்கிறாள்
'இரு நானும் உன்னுடன் வருகிறேன்'
என்று சொல்ல முடியாமல்.."

இந்தச் சந்திப்புக்கு சிறிது காலத்திற்கு பின் சிச்சினா சேவுக்கு ஒரு கடிதம் எழுதினாள். அந்தக் கடிதம் குறித்து அவள் தன் நண்பருக்கு

எழுதிய கடிதத்தில் கூறுகிறாள், "என் தாயாரின் வற்புறுத்தலுக்கு இணங்க நான் எர்ண்ஸ்ட்டோ [சே] வுக்கு ஒரு கடிதம் எழுத வேண்டியிருந்தது. அதை எழுதியபோது சாக்கோடுவிலுள்ள நூலகத்தின் அறையைச் சாத்திவிட்டு கண்ணீர்விட்டு அழுதேன்.."

பாரிலோஷே ஏரிகளுக்குச் செல்லும் வழியில் தன் தாயாருக்கு எழுதின கடிதத்தின் பின்பக்கத்தில் சிச்சினாவுக்கு கடிதம் எழுதியதோடு; பதிலை எந்த முகவரிக்கு அனுப்ப வேண்டும் எனத் தெரிவித்திருந்தான். ஆனால் அவன் பாரிலோஷே ஏரியை அடைந்த போது சிச்சினாவின் கடிதம் அவரின் இதயத்தில் குண்டாய் விழுந்தது.

"நம்பவே முடியாத அந்தக் கடிதத்தை படித்தேன். மீண்டும் மீண்டும் படித்தேன். மிராமரில் இருந்து நான் புறப்படும் வேளையில் நான் பார்த்த கண்கள் உமிழ்ந்த 'திரும்பி வா' என்கிற கனவுகளனைத்தும் போதுமான காரணம் எதுவும் இல்லாமல் நொறுங்கிப் போயின. இனி வற்புறுத்துவதில் எந்தப் பயனுமில்லை.." என சே மனம் நொந்து குமுறினான்.

சிச்சினாவுக்கு சே ஒரு கடிதம் எழுதியதாகவும்; அதுவே அவளுக்கு எழுதிய கடைசிக் கடிதம் என்று ஆல்பர்ட்டோ தெரிவிக்கிறார்; ஆயினும் அதற்கு முந்தைய கடிதத்திலேயே சே சில கருத்துகளைச் சொல்லியிருந்தான்;

"நாம் இருவரும் வாழும் இந்தக் கணம்; மேலோட்டமாக ஒருவரையொருவர் போற்றும் இந்தக்கணம்.." எனத் தொடங்கி இருவரின் எதிர்பார்ப்புகளும் யதார்த்த முரண்பாடுகளும் முட்டிமோதுவதை முன்னுணர்ந்து எழுதுவான், "அந்த ஒருவர் இல்லாத பிற உலகங்களுடன் தன்னை இணைக்கும் ஆழமான பிணைப்புகளுக்கு இடையில் உளசலாடும் ஒருத்தி.." என சிச்சினாவின் நிலையை சொன்னதோடு தன்னைப் பற்றி ஒரு சுயதரிசனமாகச் சொல்வான்,"தான் ஆழமானது என்று நம்பும் காதலுக்கும், அந்தக் காதலை மதிப்பிழக்கச் செய்யும் விதத்தில், புதிய அனுபவங்களின் மீதும், சாகசங்களின் மீதும் தான் கொண்டிருக்கும் வேட்கைக்கும் நடுவே சிக்கிக்கொண்டிருக்கும் ஒருவன்.."

ஆக, இந்தக் காதல் முறிவுக்கு சிச்சினா மட்டுமே காரணம் அல்ல என்பதை சேவும் உணர்ந்திருந்தான். ஆனால் காதலைவிட உலகை அறியும் வேட்கை அவனை துரத்தியது என்பதே சரி!

இந்த நூலின் துவக்கத்தில் தந்தைக்கும் மகனுக்கும் இடையே நடந்த உரையாடலைக் குறிப்பிட்டிருப்போம். சிச்சினாவின் காதலாவது அவனது பயணத்தை கட்டுப்படுத்தும் என்ற எதிர்பார்ப்பு அதில் எதிரொலித்தது; ஆனால் சேவின் மனதில் வேறு சிந்தனைகள் ஓடிக்கொண்டிருந்ததைக் காலம் உணர்த்திவிட்டது.

நாம் மீண்டும் அவனோடு மிராமரிலிருந்து பயணப்படுவோம். அடுத்து அவனும் ஆபர்ட்டோவும் சென்ற இடம் நெகோச்சி. ஆல்பர்ட்டோவின் நண்பர் வீட்டுக்குச் சென்றனர். அவரும் மருத்துவர். ஆளும் பெரானிக்கட்சி ஆதரவாளர். அதனால் பல சலுகைகளை அனுபவித்தவர்.

"ஒரே வருடத்தில் டாக்டராகிவிடப் போகிறாய்.. அதற்குள் எதற்கு இந்தப் பயணம் ? எப்போது திரும்பி வருவோம் என்பது உங்களுக்கே தெரியாது.. பின்.. ஏன் இந்தப் பயணம்?" நண்பரின் மனைவியின் சூடான கேள்விகளுக்கு பதில் சொல்லாமல் நழுவினான்.

அங்கே உணவருந்திவிட்டுப் புறப்பட்ட பயணத்தில்; வழியில் பாஹியா ப்ளாங்காவில் தங்க நேர்ந்தது. அங்கு சேவுக்கு லேசான காய்ச்சல். எனவே பயணம் ஒரு நாள் தாமதமானது. அதன் பின் பயணம் செய்தபோது அவனது மோட்டார் சைக்கிள் ஆறுமுறை அந்த மணல் சாலையில் குட்டிக்கரணம் போட்டது. சிலின்டரின் கீழ் கால் சிக்கி சூடுபட்டு புண்ணானது. இப்புண் ஆறவே நெடுநாள் ஆனது.

வழியில் சோயலே சோயலை நகரில் ரயில் நிலையத்தில் ஒரு அறையில் இரவைக் கழித்தனர். சே வின் காய்ச்சல் கடுமையானது. தலைவலி மண்டையைப் பிளந்தது. குளிரால் உடல் வெடவெடத்தது. மலேரிய காய்ச்சலுக்கான குவினைன் மாத்திரைகளை சே விழுங்கினான். பெரிய பலன் இல்லை. ஓரளவு மோட்டார் சைக்கிளில் உட்காரமுடியும் என்கிற போது; ஆல்பர்ட்டோ பின்னால் பின்னால் சாய்ந்தபடி அந்நகரிலுள்ள ஒரு சிறிய மருத்துவமனைக்குச் சென்றனர். அந்த மருத்துவர் பென்சிலின் ஊசி போட்டார். ஓய்வெடுக்க ஒரு அறையும் கொடுத்தார். காய்ச்சல் குணமாகும் வரை மேலும் சில நாட்கள் அங்கே முகாமடிக்க வேண்டியதாயிற்று.

மீண்டும் புறப்பட்ட போது மோட்டார் சைக்கிள் தொல்லை கொடுத்தது. கழன்று விழுந்த பாகங்களை ஒரு வயரால் கட்டிக்கொண்டு பயணம் செய்வதே ஒரு சாகசம்தான். ஆயினும் நீண்ட தூரம் போக முடியாமல் வழியிலேயே கூடாரமடித்துத் தங்கினர். ஆனால் காற்றும் மழையும் கூடாரத்தையும் சாய்த்தது. காலையில் ஒரு இடத்தில் மோட்டார் சைக்கிளை சரி செய்து கொண்டு ஸான் மார்ட்டின் டி லாஸ் ஆண்டிஸை நோக்கி பயணம் தொடர்ந்தனர். மோட்டர் சைக்கிள் டயர் பஞ்சரானது. வேறுவழி, ஒரு சத்திரம் தேடி அடைந்தனர். ஆற்றில் மீன்பிடித்து சுட்டுச் சாப்பிட்டனர். விடிந்தபின் எப்படியோ ஒருவழியாக மோட்டார் சைக்கிளைப் பழுதுபார்த்துவிட்டு பயணம் தொடர்ந்தனர்.

"எங்கள் பயணத்தின் போது, நாங்கள் பார்த்த அற்புதமான இடங்களில் தங்க வேண்டுமென்று ஏங்கியதுண்டு; ஆனால் இந்த இடத்தைப் போன்று எங்கள் இதயத்தின் ஆழத்தில் இடம் பிடித்த ஒரே இடம் அமேசான் காடுகள் மட்டுமே" என பின்னர் சே குறிப்பிடுகிறான். மாபெரும் ஆந்திய மலைத் தொடரில் மலைகளாலும் மரங்களாலும் சூழப்பட்ட லக்கார் ஏரியின் கரையோரத்தில் எழில் கொஞ்சும் நகரமான ஸான் மார்ட்டின் டி லாஸ் ஆண்டிஸ் அமைந்திருந்தது. அதன் பேரெழிலிலும் இயற்கைச் சூழலிலும் சே மனதை பறிகொடுத்தது வியப்பில்லை.

அங்கே மோட்டார்பந்தயத்தில் பங்குபெறும் வீரர்களுக்கு உணவு தயாரிப்பவருக்கு உதவியாளராய் சேவும் ஆல்பர்ட்டோவும் பணிபுரிந்தனர். அங்கே கிடைத்த சிகப்பு ஒயின் பாட்டில்கள் மீது ஆசை கொண்டு குடிகாரன் வாந்தி எடுப்பது போல் நடித்து சில பாட்டில்களைக் கடத்திக் கொண்டுபோய் ஏரிக்கரையில் பதுக்கினான். ஆனால் இதனைக் கவனித்துக் கொண்டிருந்த யாரோ இவர்களுக்கு முன்பே அவற்றை திரும்பிச் சென்றனர்.

இந்நகரைவிட சற்று வளம் குறைந்த யூனின் டி லாஸ் ஆண்டிஸ் நகரின் வழியே இன்னொரு ஏரியான காருவே ஏரிக்கு புறப்பட்டனர். அங்கிருந்து சிலி நாட்டுக்குள் கடத்தல் காரர்கள் நுழையும் கரடு முரடான பாதையொன்றுண்டு. அங்கே செல்லாமல். ஏரியில் வாத்தைச் சுட்டுச் சமைத்து உண்டனர். பழையபடி சமையலுக்கு உதவிய இடத்துக்கே வந்து சேர்ந்தனர். அவர்களுக்கு கூலியாக ஆளுக்கு பத்து பெஸோக்கள் கிடைத்தன.

சே தன் தாயாருக்கு இங்கிருந்தபடியே ஒரு கடிதம் எழுதினான்.

"அன்புள்ள அம்மாவுக்கு, நான் உனக்குக் கடிதம் எழுதவில்லை. உண்மைதான். நீயும் எனக்குக் கடிதம் எழுதவில்லை. நாங்கள் சந்தித்த அனுபவங்களை எல்லாம் உனக்குச் சொன்னால் நோக்கத்திற்கே அது எதிராய் போய்விடும்.." என்றே கடிதத்தைத் துவங்குகிறான்.

அதில் பாஹியா ப்ளாங்காவில் காய்ச்சலில் பட்ட அவதியை குறிப்பிடுகிறான். ஆண்டிஸை நீங்களும் பார்க்க வேண்டும் என விவரிக்கிறான். தனக்கு கழுத்தில் ஒரு கட்டி வந்திருக்கிறது அது நீர்க்கட்டியாக இருக்கலாம் என தெரிவிக்கிறான். பாரிலோஷோவுக்குப் போக இருப்பதாகவும், அந்த முகவரிக்கு கடிதம் எழுதுமாறும் கேட்டுக்கொள்கிறான், மறக்காமல் தன் தந்தை இப்போது எங்கே இருக்கிறார் என விசாரித்ததோடு தன் அன்பு சிச்சினாவுக்கு அக்கடிதத்தின் பின்னால் ஒரு கடிதமும் எழுதினான்.

பின்னர், ஏழு ஏரிகளின் வழி பாரிலோஷேவுக்கு போக திட்டமிட்டு பயணத்தைத் தொடர்ந்தனர். அந்தப் பயணம் குறித்து சே எழுதுகிறான்;

".. நாங்கள் காடுகளால் சூழப்பட்ட பலவகைப்பட்ட ஏரிகளைக் கடந்து சென்றோம். இயற்கையின் மணத்தால் எங்கும் நிறைந்தது. ஏரிகளும், மரங்களும், தோட்டங்களும் சூழந்த தன்னந்தனியான வீடுகளைப் பார்த்துப்பார்த்து, சலிப்பு ஏற்பட்டுவிட்டது. இயற்கைக் காட்சிகளை மேலோட்டமாகப் பார்க்கும் போது எல்லாமே ஒரே மாதிரியாகத்தான் தெரிகின்றன. கிராமங்களின் உண்மையான ஆன்மாவை நாம் நெருங்க முடிவதில்லை. கிராமங்களைப் புரிந்து கொள்ள வேண்டுமென்றால் ஒரே இடத்தில் பலநாட்கள் கழிக்க வேண்டியிருக்கும்."

ஆம், சே விரும்பியது கிராமங்களின் ஆன்மாவை அல்லவா? அதைக் கண்டறியத்தானே இடர்மிகு பயணம் மேற்கொண்டிருக்கிறான்.

நஹூவல் ஹூவாப்பி ஏரியின் வடக்கு முனையில் ஏரிக்கரையில் படுத்துறங்கினர். பழுதான மோட்டார் சைக்கிளைப் பழுது பார்க்கும் பணி; அதுவும் பஞ்சர் ஒட்டுவதற்கு இடமே இல்லாத டயரில் பஞ் சர் ஒட்டும் பணியைச் செய்தனர். அங்கே ஒரு ஆஸ்திரியர் துயவில் தங்க இடம் கிடைத்தது; ஆனால் இரவு சிறுத்தை வரும் என மிரட்டிவிட்டார்.நள்ளிரவில் கதவை எதுவோ பிறாண்ட சிறுத்தை என எண்ணி சே சுட்டுவிட; கடைசியில் அது வீட்டிக்காரரின் நாய்க்குட்டி. அப்புறம் என்ன ?அங்கிருந்து ஓட வேண்டியதாயிற்று.

எப்படியோ கால்வாய் வெட்டுபவரின் வீட்டில் இடம் கிடைத்தது; ஆனால் அவர் துப்பாக்கியோடு படுத்துக்கொண்டதால்; ஆஸ்த்துமாவிற்கான மூச்சிழுக்கும் குழாயைக்கூட பயன்படுத்த முடியாமல் ஒடுங்கிக் கிடக்க வேண்டியதாயிற்று.

அடுத்தநாள் சேவும் ஆல்பர்ட்டோவும் ஸான் கார்லோஸ் டி பாரிலோஷேவை அடைந்தனர். சிலிநாட்டின் எல்லைக்குச் செல்ல மாடஸ்டா விக்டோரியா படகுக்காகக் காத்திருந்தனர்.

உள்ளூர் காவல் நிலையத்தில் அன்றைய இரவைக் கழித்தனர். அந்த இரவு குறித்து சே நினைவுகூர்கிறபோது சொன்னான், "வெளியே கடுமையான புயலும் மழையும். நாங்கள் பாதுகாப்பாக காவல் நிலையத்தின் சமையலறையில் இருந்தோம். அந்தக் கடிதத்தை நான் மீண்டும் மீண்டும் படித்தேன்.,"

காதல் முறிவைச் சொன்ன அந்தக் கடிதம் தான். பாரிலோஷே எப்படியோ அவனின் முதல் காதல் நினைவுகளை தன்னுள் புதைத்துக் கொண்டது.

"மங்கலான ஒளியில் அசையும் உருவங்கள் ' அவள்' தோன்றவில்லை. இந்தக் கணம் வரை அவளை நேசித்துக் கொண்டிருந்தேன் என்று தோன்றியது. அந்த நேசத்தை இப்போது என்னால் உணர முடியயவில்லை.."

இப்படியே யோசித்தபடியே சே உறங்கிப்போனான்.

3

யுகங்களின் மாயப் புழுதியில்..

"இந்தப் புகழ்பெற்ற சுரங்கங்கள் இங்கே இருக்கிற தாமிரம் முழுவதையும் சுரண்டி எடுத்துவிடும். உங்களைப் போன்றவர்கள் என்னிடம் தொழில் நுட்ப ரீதியாக ஏராளமான கேள்விகளைக் கேட்கிறார்கள். ஆனால் இதற்காக எத்தனை உயிர்கள் பலிவாங்கப்பட்டன என்று இதுவரை யாரும் கேட்டதில்லை. இந்தக் கேள்விக்கு எனக்கு விடை தெரியாது, மருத்துவர்களே! ஆனால், இந்தக் கேள்வியைக் கேட்டதற்காக நன்றி!"

அந்தச் சுரங்கத்தில் மேற்பார்வையாளராக இருந்த ஒரு கவிஞரிடம் சே உரையாடிய போது கிடைத்த பதில்.

சிலி நாட்டில் சேவின் அனுபங்கள் மேலும் நுட்பமாய் வாழ்வை நெருங்க வைத்தன. ஆனால் அந்த சிலிநாட்டினுள் பயணிப்பது அவ்வளவு சுலபமல்ல.

அர்ஜெண்டினாவில் கடைசி நாள் பயணம் வித்தியாசமானது. ஓடமும் ஒரு நாள் வண்டியில் ஏறும் வண்டியும் ஒரு நாள் ஓடத்தில் ஏறும். சேவும் ஆல்பர்டோவும் பயணம் செய்த மோட்டர் சைக்கிள் மாடஸ்டோ விக்டோரியா படகில் ஏற்றப்பட்டு போர்ட்டோ ப்ளெஸ்ட் நகரை அடைந்தனர். பின்னும் லாகுணா ஃப்ரையாஸ் ஏரி, ட்ரோனாடோர் ஏரி, சிலியின் எஸ்மெரால்டா ஏரி என ஏரிகளைக் கடந்து செல்வது பிரம்ம பிரயத்தனமாகவே அமைந்தது. மோட்டார் சைக்கிளோடு சென்ற படகில் ஓட்டை; அது மூழ்காமல் நீர் இறைத்து ஊற்றுவதே பெரும்பாடாகிவிட்டது.

இந்தப் போராட்டத்தின் போது வழியில் சந்தித்த மருத்துவர் ஒருவர் உதவியும் கிடைத்தது; ஆந்திய மலையில் இந்தப்பக்கம் அர்ஜெண்டினாவும் அந்தப்பக்கம் சிலியும் இருந்த போதும் பழக்க வழக்கங்களும் மொழியும் வேறுபடுத்தின. ஆயினும், மனிதநேயமும் உபசரிப்பும் பிணைத்தது.

லெமுகோ நகரைவிட்டு வெளியே செல்லும் வரை சிலியில் பெரும் சிரமம் ஏதுமில்லை ஆனால் அங்கிருந்து புறப்பட்டதும்

இவர்களின் மோட்டார் சைக்கிள் தொல்லைதர ஆரம்பித்து; ஏதோ ஒரு லாரியிலேற்றி ஒரு பணிமனைக்குக் கொண்டுபோய் தீவிர சிகிட்சை அளித்து மோட்டார் சைக்கிளை ஓரளவு தேற்றினர்.

போகும் வழியோ மேட்டுப்பாங்கான சாலை. மோட்டார் சைக்கிள் மூச்சிரைத்தது. பாகங்கள் ஒவ்வொன்றாய் கழன்று விழுந்தன. சிலியிலேயே மிக உயரமானதென்று கூறப்படும் மாலேகோ ரயில் பாலத்தைக் கடப்பதற்குள் மோட்டார் சைக்கிள் லா பாடெரோஸா உயிரை விட்டது; அதுவும் முதல் மேட்டிலே ஏறும் போதே உயிரை விட்டுவிட்டது. வேறுவழியின்றி தீயணைப்பு நிலையத்தில் வண்டியைப் போட்டுவிட்டு இராணுவ லெப்டினன்ட் வீட்டில் தங்கினர்.

"மோட்டார் சைக்கிளில் நாங்கள் சவாரி செய்த கடைசி நாள் அதுதான். மோட்டார் சைக்கிள் இல்லாமல் பயணம் செய்யும் அடுத்த கட்டம் இதைவிடக் கடினமாக இருக்கும் எனத் தோன்றியது" என சே தன் நாட்குறிப்பில் மிகச்சரியாக குறிப்பிட்டான். அங்கு தீயணைப்பு வீரர்களுடன் ஒரு நாள் தீயணைப்புப் பணியிலும் ஈடுபட்டனர்.

ஒரு லாரியில் பயணம் செய்து சாண்டியாகோவை அடைந்து மோட்டார் சைக்கிளை ஒரு பணிமனையில் கிடத்திவிட்டுச் செல்லும் போது ஒரு திராட்சைத் தோட்டத்தில் சுமைதூக்கும் பணி செய்தனர். அர்ஜெண்டினா அதிகாரிகள் 200 பெசோ நிதி உதவியும் தங்க இடமும் கொடுத்தனர். அந்தச் சமயம் கோர்டோபாவிலிருந்து வந்திருந்த நீர்பந்துக் குழுவினரோடு நீச்சல் காரர்கள் இலக்குவைத்து விளையாடும் பந்து விளையாட்டு பன்றி இறைச்சி, பாலாடைக் கட்டி, ஒயின் என வயிறுபுடைக்க உண்டனர்.

கடைசியாக லா பாடெரோஸாவுடன் இனி பயணம் செய்ய முடியாதென்பதால் கண்ணீர் பெருக விடை கொடுத்துவிட்டு மலைப்பாதைவழி பயணம் லாரியில் தொடர்ந்தனர். தொழுநோய் மருத்துவர் இருவர் பயணம் என நாளேடுகள் வெளியிட்டிருந்த செய்தி ஆங்காங்கு உதவிபெற துணை செய்தது.

நெடிய சவாலான பயணம் அவர்களை உருமாற்றி இருந்தது. சே குறிப்பிடுகிறான், "நாங்கள் வாங்கியிருந்த பட்டங்கள் மக்களிடமிருந்து எங்களுக்கு மதிப்பைப் பெற்றுத்தந்தன. இப்போது நாங்கள் அந்த மரபைச் சார்ந்தவர்களில்லை. மேட்டுக்குடித் தோற்றம் எங்களிடமிருந்து மறைந்து விட்டது. சாலையின் தூசு எங்கள் உடைகளில் படிந்திருக்க, பைகளை முதுகில் சுமந்துகொண்டு நாடோடிகள் போல் காட்சி அளித்தோம்."

வால்பரைசோ நகரின் சந்துபொந்துகளில் நுழைந்து பிச்சைக்காரர்களிடம் உரையாடினர். துர்நாற்றமும் புகையும் மண்டியிருந்த தெருக்களில் நடந்தனர். சே தன் வார்த்தைகளில் சொல்லுகிறார்," ஒரு குரூரமான தீவிரத்தோடு வறுமையை உணர முயற்சித்தோம். நகரத்தின் ஆழத்தை அறிய முயற்சித்தோம்"

தனக்கு உதவிய மருத்துவர் லா ஜியோகோண்டாவின் வாடிக்கையாளரும் வியர்வை நாற்றமும் சேறுபடிந்த கால்களும் கொண்ட கடுமையான இழைப்பு நோயால் பாதிக்கப்பட்ட ஒரு பெண்ணை சே சந்தித்து பேசிக்கொண்டிருந்தபோது; இத்தகைய நோயாளிகள் சமூகத்தின் மோசமான புறக்கணிப்புக்கு ஆளாவதை சே உணர்ந்தான்.

சிலியின் உரிமையான ஈஸ்டர் தீவுக்குச் செல்ல இருவரும் பெரிதும் ஆசைப்பட்டனர். ஆனால் கப்பல் புறப்பட்டுப் போய்விட்டது இன்னும் ஒரு வருடம் காத்திருக்க வேண்டும். எனவே தங்கள் பயணத்திட்டத்தை மாற்றினர். வடசிலியிலுள்ள பாலைவனத்தை தவிர்க்க கப்பலில் செல்ல விரும்பினர். அனுமதியும் கிடைக்கவில்லை. கட்டணம் செலுத்தக் காசும் இல்லை.

திருட்டுத்தனமாக ஸான் அண்டோனியா எனும் கப்பலுக்குள் நுழைந்து ஒரு கழிவறையில் ஒளிந்து கொண்டனர். கப்பல் புறப்படும் வரை குமட்டும் துர்நாற்றத்தை சகித்துக் கொண்டிருந்தனர். கப்பல் தலைவரிடம் சிக்கினர். அவர் கடுமையாக மிரட்டினார். பின்னர் சாப்பிட உணவு கொடுத்தார். ஆல்பர்டோவுக்கு சமையலறையில் உதவியாக வேலை தரப்பட்டது. சேவுக்கு கழிப்பறையை சுத்தம் செய்யும் வேலை தரப்பட்டது. அவர்கள் முகம் இஞ்சிதின்ற குரங்கானதைக் கேட்கவா வேண்டும்?

ஆண்டோபஃகாஸ்டா நகரில் இறக்கப்பட்டனர். ஒரு வேன் மூலம் பாக்தானோ எனும் ஊருக்குச் சென்றனர். அங்கே ஒரு தம்பதியரைச் சந்தித்தனர். அவர்கள் கம்யூனிஸ்ட்டுகள். சிலியக் கம்யூனிஸ்ட் கட்சி அப்போது தடை செய்யப்பட்டிருந்தது, பலர் பாதுகாப்புச் சட்டத்தில் கைது செய்யப்பட்டனர். கடும் இன்னலுக்கு ஆளாக்கப்பட்டனர். 1948 தொடங்கி ஏறத்தாழ பத்தாண்டுகள் இந்நிலை நீடித்தது. இப்படிப்பட்ட சூழலில் தான் சந்தித்த தம்பதியர் குறித்து சே தன் நாட்குறிப்பில் எழுதினான்;

"அங்கே சிலியத் தொழிலாளர்களும் கம்யூனிஸ்டுகளுமான ஒரு தம்பதிகளுடன் நட்புகொண்டோம். மெழுகுவர்த்தி வெளிச்சத்தில். மேட் பானத்தைக் குடித்தவாறும், ரொட்டித்துண்டையும் பாலாடைக் கட்டியையும் சாப்பிட்டவாறும் காட்சியளித்த அந்த மனிதனின் சுருக்கங்கள் நிறைந்த முகம் ஒரு புதிரான, துயரமான

உணர்வை ஏற்படுத்தியது. தான் சிறையில் கழித்த மூன்று மாதங்களைப் பற்றியும், பட்டினியால் வாடியபோதிலும் அசாதாரண விசுவாசத்துடன் தன்னைப் பின்தொடர்ந்த மனைவியைப் பற்றியும், வேலைதேடி தான் மேற்கொண்ட பயனற்ற பயணங்கள் பற்றியும், புதிரான விதத்தில் காணாமல் போனவர்களும் கடலில் மூழ்கிவிட்டவர்களாக கருதப்பட்டவர்களுமான தனது தோழர்களைப் பற்றியும் தெளிவாகவும் சாதாரண மொழியில் அவர் எங்களிடம் விவரித்தார்."

"பாலைவன இரவில், குளிரில் ஒருவரோடொருவர் நெருங்கி உட்கார்ந்திருந்த அந்த ஜோடி உலகத் தொழிலாளி வர்க்கத்தின் வாழும் பிரதிநிதிகள். அவர்கள் போர்த்திக் கொள்ள ஒரு போர்வைகூட இல்லை. அவர்களுக்கு எங்களுடைய போர்வை ஒன்றைக் கொடுத்துவிட்டு மற்றொரு போர்வையை நானும் ஆல்பர்ட்டோவும் போர்த்திக் கொண்டோம். என் வாழ்க்கையிலே நான் அனுபவித்த மிகவும் குளிரான நாள். அதுமட்டுமல்ல, எனக்கு வினோதமாகத் தோன்றிய இந்த மனிதர்களுடன் மிக நெருக்கமாக இருந்து நான் கழித்த ஓர் இரவும் அதுதான்"

சேவின் பயணத்தில் கம்யூனிஸ்டுகளை இப்போதுதான் முதலில் சந்தித்தாகத் தெரிகிறது. இதற்கு முன் எங்கும் இத்தகு குறிப்புகளில்லை. அதே சமயம் கம்யூனிஸ்டுகள் பற்றி சேவின் புரிதல் அன்றைக்கு எப்படி இருந்தது தெரியுமா ? அவனது வார்த்தைகளிலேயே கேட்போம்;

"இப்படிப்பட்ட மனிதர்கள் மீதுதான் அடக்குமுறை மேற்கொள்ளப்படுகிறது என்பதை நினைத்தாலே உள்ளம் பதறுகிறது. ஒரு சமூகத்தின் 'ஆரோக்கியமான' வாழ்வுக்கு 'கம்யூனிஸப் புழு' அபாயத்தை ஏற்படுத்துகிறதா அல்லது ஏற்படுத்தவில்லையா என்ற கேள்வியை ஒதுக்கிவிட்டுப் பார்த்தால், தொடரும் பட்டினிக்கு எதிரான ஒரு விருப்பமாக கம்யூனிஸம் இங்கு இயல்பாக எழுகிறது. தங்களால் புரிந்து கொள்ளப்பட முடியாத அந்தக் கோட்பாட்டை இந்த மனிதர்கள் நேசிக்கிறார்கள். அவர்களைப் பொறுத்தவரை அதன் அர்த்தம் ' ஏழைகளுக்கு உணவு என்பதுதான்.இந்த அர்த்தம் அவர்களால் புரிந்து கொள்ளக்கூடியது; அவர்களின் வாழ்வை நிரப்பக் கூடியது"

சேவிடம் மெல்ல மெல்ல புதிய உணர்வு தலைதூக்கத் துவங்கியது இங்கேதான் என்று கூறலாமோ? ஏனெனில், இந்த அத்தியாயத்தின் முதலில் பார்த்த உரையாடல் அடுத்து அடுத்துச் சென்ற சூக்கிகாமாட்டா தாமிரச் சுரங்கத்தில் நடந்ததாகும்.

"சூக்கிகாமாட்டா ஒரு நவீன நாடகக் காட்சியைப் போல் தோற்றமளிக்கிறது. அதனிடம் அழகு இல்லை என்று சொல்ல முடியாது. ஆனால் அந்த அழகு கவர்ச்சியோ உணர்ச்சியோ அற்றதாகவும் ஏமாற்றக்கூடியதாகவும் இருக்கிறது. சுரங்கத்தை நாம் நெருங்க நெருங்க மூச்சுத் திணறுவதைப் போன்ற உணர்வை அந்த பரந்த நிலப்பரப்பு உருவாக்குகிறது" என சே மிகச் சரியாக வருணித்தான்.

உலகிலேயே மிகவும் வற்ட்சியான பாலைவனம் சூக்கிகாமாட்டா என மாக்டிஸ"மா வானிலை மையம் சொல்கிறது. சுக்கிகாமாட்டா உலகிலுள்ள மிகப்பெரிய தாமிரச் சுரங்கத்தில் ஒன்று. உலக தாமிர உற்பத்தியில் 20 சதம் சிலியில் நடக்கிறது. அதில் மிகப்பெரும் பங்கு இதற்கு உண்டு. இராணுவத்துறையில் அழித்தொழிக்கும் ஆயுதங்களில் தாமிரம் இன்றியமையாததாக இருக்கிறது. உலகெங்கும் யுத்தச் சூழல் நிலவுகிறது.

இந்தத் தாமிரச் சுரங்கங்களை தேசியமயமாக்க வேண்டும் என்கிற இடது சாரி அரசியல் மற்றும் தனியார்மயமாகலை இன்னும் தீவிரப்படுத்தச் சொல்லும் வலதுசாரி அரசியல்; வெகுஜன கவர்ச்சி அரசியல்வாதியும் கம்யூனிஸ்ட் கட்சிக்கு தடை நீக்குவேன் என வாக்குறுதி தந்தவருமான கார்லோஸ் இடனேஸ் தலைமையிலான கட்சி என அரசியல் களம் பிளவுபட்டிருந்தது. பின்னர் 1952 முதல் 1958 வரை கார்லோஸ் அதிபராகவும் பொறுப்பேற்றார் என்பது வரலாற்றுத் தகவல்.

இந்தச் சுரங்கங்கள் சேவின் நெஞ்சத்தில் எப்படிப்பட்ட உணர்வலைகளை ஏற்படுத்தின தெரியுமா? அவனே சொல்லுகிறான்;

".. இந்த இடத்தைச் சூழந்துள்ள எத்தனை மலைகள் இதுபோன்று மிகப்பெரும் வளங்களைத் தங்கள் மடியில் மறைத்துவைத்துள்ளனவோ.. தங்கள் வயிற்றுக்குள் மண்வாரி இயந்திரங்களின் வெற்றுக் கைகளை அனுமதிக்கக் காத்திருக்கின்றனவோ.. வெறும் உணவைப் பெறுவது மட்டுமே நோக்கமாகக் கொண்ட எத்தனை மனித உயிர்களை இவை குடித்தனவோ.. இந்த யுத்தத்தில் தன் புதையல்களைப் பாதுகாப்பதற்காக இயற்கை ஏற்படுத்தியுள்ள ஆயிரக் கணக்கான மரணக்குழிகளில் துயரமான மரணத்தைச் சந்தித்தவர்கள் எத்தனைபேரோ.. காவியங்களில் இடம் பெறாத ஏழை வீரர்களின் எத்தனை உயிர்கள் [தவிர்க்க இயலாமல்] இவை குடித்தனவோ."

சேவின் இதயம் கசிவது வெறும் மனிதாபிமானமல்ல. வர்க்கப்போர் என்பதை வருங்காலம் சொல்லப்போகிறதோ! !

குடிக்கத் தண்ணீர்கூட இல்லாமல் இரண்டு மணி நேரத்தில் பாலைவன சுடுநிலத்தில் பத்து கிமி நடந்து கடந்தனர். சாகசம் செய்ய அல்ல; வேறு வழி இல்லை. கார், லாரி என பயணம் செய்து இலாவே வழியாக இசிக் எனுமிடத்திற்கு வந்து சேர்ந்தனர். அங்கு துறைமுகத்தில் கப்பல் ஏதும் கிடைக்காததால் ஆரிகா செல்ல முடிவெடுத்தனர்.

வறண்ட பீடபூமியிலிருந்து பள்ளத்தாகுக்குச் செல்ல வேண்டும். ஒதுங்க நிழலோ குடிக்க ஒரு சொட்டுத் தண்ணீரோ கிடைக்காத ஐம்பது அறுபது கி.மீ. சிலியையும் பெருவையும் வென்று காலனி ஆக்கிய ஸ்பெயின் படை இதனைக் கடந்து சென்றது என்பது வரலாற்றில் குறிப்பிடத்தக்க சாதனையே. இந்தப் பாதையில் சேவும் ஆல்பர்ட்டோவும் பயணித்து துறைமுக நகரமான ஆரிகாவுக்கு வந்தனர். ஆரிகா முன்னர் பெரு நாட்டிற்குச் சொந்தமாயிருந்தது 1879 – 83 களில் நடந்த நைட்ரேட் கனிமவளத்துக்கான யுத்தத்தின் மூலம் அடாகாமி பாலைவனம் சிலியின் வசமானது. ஆயினும் பெரு நாட்டின் நாகரிகச் சாயல் இன்னும் ஆரிகாவில் ஒட்டிக் கொண்டிருந்தது.

சிலியின் அரசியலைப் பொருளாதாரத்தைக் கவனித்துவந்த சே சொன்னான்,"சிலி வலிமையான தொழில் வளர்ச்சி அடைந்த நாடாக ஆவதற்குத் தேவையான கனிம வளங்களான இரும்பு, தாமிரம், நிலக்கரி, வெள்ளீயம், தங்கம், வெள்ளி, மாங்கனீஸ், நைட்ரேட் ஆகியவை ஏராளமாக இருக்கின்றன. தொல்லை தருகின்ற அமெரிக்க நண்பனை அந்நாடு தன் முதுகிலிருந்து கீழே இறக்கிவிட வேண்டும் என்பதுதான் முக்கியம்."

கம்யூனிஸ்ட்டாகவோ இடதுசாரியாகவோ இதுவரை சே பரிணாமம் பெறவில்லை, ஆயினும் அவனின் பயண அனுபவம் அவனை அமெரிக்க ஏகாதிபத்தியத்துக்கு எதிராக சிந்திக்கத் தூண்டிவிட்டதோ!

'குளிரில் விறைத்து உடல் நடுங்கி பயணம் செய்து டாரட்டா சென்று சேர்ந்தோம். வழியில் ஒரு ஏழையின் கடையில் சாப்பிட்ட மேட் தேநீர் வாழ்வில் கிடைத்தற்கரிய அமிர்த பானமாகத் தோன்றியது; காரணம், நடுக்கும் குளிரே !பல நூற்றாண்டுகளாக எவ்வித மாற்றமும் அடையாத நகரம் அது; சுற்றிலும் மலைகள். 'V' வடிவத்தில் மலைகள் முடியும் இடத்தில் அந்நகரம், அந்நகர மக்கள் "பழக்கத்தின் காரணமாகவே உயிர் வாழ்ந்துகொண்டிருக்கிறார்கள்" என சே குறிப்பிட்டதைப் போல ஏதோ வாழ்ந்தனர். அங்கே தங்கினர். தெள்ளுப் பூச்சிகள் மொய்க்கும் பலகையில் படுத்துறங்க வேண்டிய நிர்ப்பந்தம். வழியில் சந்தித்த அய்மாரா தொல்குடி

மக்களின் பண்பாட்டுச் செழுமையை; உயர்ந்த பண்பை வியந்தபடியே புனோ நகரின் மிகப்பெரிய கதிரவன் ஏரியைக் கண்டு கழித்தனர். அங்கு ஊர்க்காவலர் உதவியுடன் தங்க இடமும் கிடைத்தது.

"என்னாயிற்று என்னருமை அர்ஜெண்டின நண்டரே ! நீங்கள் குடிப்பதில்லையா?" "அப்படியில்லை. தப்பா நினைக்காதீங்க.. அர்ஜெண்டினாவில் நாங்கள் இப்படி குடிக்க மாட்டோம். எதையாவது சாப்பிட்டுக்கொண்டேதான் குடிபோம்.."

யூலியாகாவிலே ஒரு காவல் நிலையத்தில் சே ஆல்பர்ட்டோவுடன் தங்க நேரிட்ட போது அங்குள்ள தலைமைக் காவலரோடு நடந்த உரையாடல்தான் இது. ஆனால் அந்த உரையாடலும் மது உபச்சாரமும் கொஞ்சநேரமே. போதை தலைக்கேறிய போலிஸார் துப்பாக்கி எடுத்துச் சுட ' தலை பிழைத்தது தம்பிரான் பாக்கியம்' என தப்பியது தனிக்கதை.

அயாவிரி, சிகுவானி ஆகிய ஊர்க்ளின் வழியே குஸ்கோ நோக்கிப் பயணம் தொடர்ந்தனர்.

பல யுகங்களின் மாயப்புழுதி தெருவெங்கும் விரவிக்கும் கிடக்கும் இன்கோ தொல்குடி மக்களின் பெருமை மிகு குஸ்கோ நகரம் சேவை ஈர்த்ததில் வியப்பில்லை. குஸ்கோ பூமியின் தொப்புள்குடி என அம்மக்கள் கருதினர். எல்லா தொல்குடி மரபைப் போலவே அவர்களுக்கும் ஒரு கதை இருந்தது.

இவ்வின மக்கள் பேரரசாய் திகழ்ந்து கட்டிய கோட்டைகளின் ஆழமான சுவடுகள் இன்னும் அங்கே உண்டு. 1719 ஆம் நூற்றாண்டுகளில் கிறித்துவம் ஓங்கியது. இன்னும் நீடிக்கும் அதன் பண்பாட்டுக் கூறுகள் தொடர்கின்றன. ஸ்பெயின் இப்பகுதியை ஆக்கிரமித்த போதிலும் வெல்லப்பட முடியாத வீரத்தின் சாட்சிகள் இன்னும் எங்கும் காணலாம்.

ஒலந்தோடம்போ கோட்டை இன்கோ மக்களின் ஆற்றலைப் பறைசாற்றியபடி யுகங்களைத் தாண்டி நின்று கொண்டிருக்கிறது. இந்தக் கோட்டையின் வர்ணனைகளைப் படிக்கும் போது அதிகமான கோட்டை நினைவுக்கு வராமல் போகாது. இயற்கையே பெரும் பாதுகாப்பு அரணாக விளங்கும் கோட்டை.

இதனை அடுத்து "மூத்த மலை" என அழைக்கப்பட்ட "மச்சு பிக்கு" இதன் சிதிலமடைந்த கோட்டைச் சிதைவுகள் பல நூற்றாண்டு பழமையை நம்மிடம் உரக்கப் பேசும். கொச்சுவா தொல்குடியினர் தோற்கடிக்கப்பட்டிருக்கலாம் ஆயினும் அதன் உயரிய நாகரீகம் உலகின் மூத்த நாகரிகங்களின் கதையை தன்னகத்தே கொண்டிருக்கிறது. இந்த மச்சு பிக்கு வை முழுதாய்

தரிசிக்க வேண்டுமெனில், அருகிலுள்ள "ஹாவாய்ன பிக்கு" என்கிற இளைய மலைக்குப் போகவேண்டும்.

இந்த மலைகளில் அமைந்த கோட்டைகளை நெருங்கி நின்று சேவும் ஆல்பர்ட்டோவும் கண்டனர். ஆனால் வெறும் கட்டிடங்களை அல்ல; அதன் எழிலையும் நுட்பத்தையும் அல்ல; அதற்கும் மேல் ஊடுருவி பார்த்தனர். அதனை சேவின் எழுத்துகளால் பார்ப்போம்;

".. இந்தக் கோட்டை கட்டப்பட்டின் நோக்கம் என்ன என்பது முக்கியமல்ல. இந்த விவாதத்தைத் தொல்லியியலாளர்களிடம் விட்டுவிடுவதே நல்லது. மறுக்க முடியாத முக்கியமான விஷயம் என்னவெனில், அமெரிக்காவிலேயே மிகவும் வலிமை வாய்ந்த ஒரு புராதன நாகரீகத்தின் தூய்மையான வெளிப்பாட்டின் முன் நிற்கிறோம். அது எந்தவொரு அந்நிய ராணுவத்தாலும் தொடப்படவில்லை. தனது இறந்த சுவர்களுக்குள் நினைவுகளையும் புதையல்களையும் கொண்டிருக்கிறது அது. கனவு காணும் திறனுடைய எந்தவொரு மனிதனையும் பரவசமடையச் செய்யும் வகையில் அந்த நகரத்தைக் கட்டமைத்து அதனைச் சூழ்ந்திருக்கிறது அதன் நிலப்பரப்பு. உலகத்தைப் பற்றிய நடைமுறை சார்ந்த கண்ணோட்டத்தில் ஊறித்திளைக்கும் வட அமெரிக்க சுற்றுலாப் பயணிகள், தங்கள் பயணத்தின் போது பார்த்த வீழ்ச்சியடைந்த மக்களின் பிரதிநிதிகளை; ஒரு காலத்தில் உயிர் துடிப்பு மிக்கவையாக இருந்த இந்தச் சுவர்களுக்குள் வைத்துப் பார்க்கக்கூடும். அந்த மக்களையும் இந்தச் சுவர்களையும் பிரிக்கும் தார்மீக ரீதியான இடைவெளியைப் பற்றி அவர்களுக்கு எதுவும் தெரியாது. ஏனெனில். ஓரளவுக்கேனும் பூர்வீகத்தன்மை வாய்ந்த தென் அமெரிக்க உள்ளத்தால் மட்டுமே இந்த வேறுபாடுகளை உணர்ந்து கொள்ள முடியும்."

எங்கேயும் ஆக்கிரமிப்பாளர்களால் நாட்டார் தெய்வங்களையோ நாட்டார் மரபுகளையோ முழுதாய் அழித்தொழிக்க முடிவதில்லை. அதனை உள்வாங்கியோ சுவிகரித்தோதான் செல்ல முடியும். அங்கே ஒரு தேவாலயத்திலிருந்து 'நிலநடுக்கத்தின் கடவுள்' வெளியே ஊர்வலம் வந்தார். வழிநெடுக மக்கள் பூக்களைத் தூவினர். இதனை "நுக்கு" என்று அழைக்கின்றனர். கடவுளரின் வெண்கல நிறம், வெள்ளி மேடை, என அனைத்துமே அது கிறுத்துவர் திருவிழாவை நினைவூட்டவில்லை; பாரம்பரியமான இந்தியர் அதாவது செவ்விந்தியர் திருவிழாவை நினைவூட்டியது." இன்னும் உயிர் துடிப்போடு வாழும் மதிப்புகளைத் தன்னகத்தே கொண்ட

பண்பாடு மற்றும் வாழ்க்கைப் பாணி ஆதிவற்றின் வெளிப்பாடு" என்றான் சே. எவ்வளவு நுட்பமான பார்வை அது.

குஸ்கோவைவிட்டுப் புறப்பட வேண்டிய நேரம் நெருங்கிவிட்டது. சேவின் மனத்தில் குஸ்கோ பற்றிய எண்ணங்கள் சித்திரமாய் பதிந்து விட்டன. கவலையோடு சே சொல்கிறான்;

"ஒரு காலத்தில் இன்கா பேரரசின் தலைநகராக விளங்கிய குஸ்கோ, எதிர்ப்பின்மையின் விளைவாகவே தனது பெருமையை நீண்ட காலமாகக் காப்பாற்றி வந்தது. புதிய மனிதர்கள் அதன் வளங்களைத் தங்கள் கைகளில் எடுத்துக் கொண்டார்கள். ஆனால் அது எப்போதும் வளமிக்கதாக இருந்தது. அவ்வளங்கள் பாதுக்காக்கப் படுவதுடன், அந்தப் பகுதியில் திறக்கப்பட்டுள்ள வெள்ளி, தங்கச் சுரங்கங்கள் மூலமாக இவ்வளங்கள் பெருக்கப்பட்டன" என்பதோடு நில்லாமல்; அந்த வளங்கள் வேறு நாடுகளுக்குக் கொள்ளையடிக்கப்பட்டுச் செல்வதையும்; மக்கள் துயரத்தில் மூழ்குவதையும் சுட்டியபின் சே சொல்வான்,"இனியும் குஸ்கோ உலகின் தொப்புள்கொடி அல்ல. சாதாரணப் புள்ளி"

குஸ்கோவில் இருந்த அனைத்துமே பூமியின் முகத்திலிருந்து துடைத்தெறியப்பட்டுவிட்டன; அந்த நகரம் இருந்த இடத்தின் வரலாற்றுப் பின்னணியே இல்லாத இன்னொரு சிறிய நகரம் தோன்றிவிட்டது. இதையெல்லாம் தனது பயணத்தில் உற்று நோக்கினான் சே.

பெருவுக்கு வரும் பெரும்பாலான சுற்றுலாப் பயணிகள் "மச்சு மிக்கு" வைக் காணவே வருகிறார்கள். சே சொல்கிறான், "குஸ்கோவில் உள்ள தொல்லியல் அருங்காட்சியகம் சிறப்பானதல்ல. அங்கிருந்து கடத்தப்பட்ட செல்வங்களின் அளவு எப்படிப் பட்டது என்று அதிகாரிகள் உணர்ந்த போது காலம் கடந்து விட்டது. புதையல் வேட்டையில் ஈடுபட்டவர்கள், சுற்றுலாப் பயணிகள், அயல்நாட்டுத் தொல்லியியலாளர்கள் ஆகியோர் மட்டுமின்றி, இந்த விஷயத்தில் ஆர்வமுள்ள அனைவருமே இந்த இடத்தைக் கொள்ளையடித்து வந்துள்ளனர். அருங்காட்சியகத்தில் மிஞ்சி இருப்பதெல்லாம் கழித்துக் கட்டப்பட்ட பயனற்ற பொருட்கள்தான். எனினும் தொல்லியலைப் பற்றி எதுவும் தெரியாதவர்களாகவும், இன்கா நாகரீகத்தைப் பற்றி சமீபத்தில் கிடைத்த ஒரு சில தெளிவற்ற கருத்துகளைக் கொண்டவர்களாகவும் உள்ள, எங்களைப் போன்றவர்களுக்கே அங்கே தங்கியிருந்து கண்டுகளிப்பதற்கு எத்தனையோ விஷயங்கள் இருந்தன."

அந்த அருங்காட்சியகத்தின் பெருமைமிகு புராதனப் பொக்கிஷங்கள் இப்போது எங்கிருக்கின்றன என்ற கேள்வியை எழுப்பிய சே, அவை அமெரிக்க அருங்காட்சியகத்தில் இருக்கிறதெனப் பதில் சொன்னான்.

சேவின் இந்த வரலாற்றுப் பதிவு அவனுள் முளைவிட்ட சிந்தனைப் போக்கின் தெளிவான சாட்சியாகும். ஜோர்ஜ் ஜி காஸ்நடா சொல்வது மிகசரியானது. "குவேராவால் [சே] எழுதப்பட்டு வெளியிடப்பட்ட முதல் கட்டுரை [குஸ்கோ பயணம் குறித்தது] அவனின் உணர்வு பூர்வப் புறவயப்பார்வையையும் அமெரிக்க நாட்டின்மீதான உணர்வு பூர்வ எண்ணங்களையும் பிரதிபலிக்கிறது. சேவின் அமெரிக்க எதிர்ப்புணர்வு வாரவாரம் அதிகரித்துக் கொண்டே இருந்தது"

தங்கள் சொந்த அடையாளத்திற்காகப் போராடிக்கொண்டிருக்கின்ற இரு இனத்தின் சாட்சியாக விளங்கிய குஸ்கோவைவிட்டுப் பிரியமனமின்றி சே பிரிந்தான்.

4

தொழுநோயாளர்களோடு கால்பந்து...

"..எங்கள் மீது விசுவாசங்கொண்ட கொசுக்களின் பரிவாரத்துடன் இரண்டு இரவுகள் பயணம் செய்து அதிகாலையில்தான் நான் பாப்லோ குடியிருப்பை அடந்தோம். அங்கே உடனே எங்களுக்குத் தங்குமிடம் அளிக்கப்பட்டது. அற்புதமான மனிதராகிய மருத்துவ இயக்குநர் உடனடியாக வந்து எங்களை வரவேற்றார். சொல்லப் போனால் குடியிருப்பில் இருந்த அனைவருமே எங்களுடன் நன்றாகப் பழகினார்கள்; நாங்கள் ஏன் பிரார்த்தனைக் கூட்டத்திற்கு வருவதில்லை என்று கேட்ட கன்னியாஸ்திரீகள் மட்டும் விதிவிலக்கு. இந்தக் கன்னியாஸ்திரிகள்தான் குடியிருப்பை நிர்வகிக்கிறார்கள் என்றும், பிரார்த்தனைக் கூட்டத்திற்குப் போகாதவர்களுக்கு உணவு வழங்கப்படுவதில்லை என்றும் பின்னால்தான் எங்களுக்குத் தெரிந்தது. எங்களுக்கும் உணவு வழங்கப்பட வில்லை; ஆனால் எங்கள் நண்பர்கள் தினமும் சாப்பிடுவதற்கு எங்களுக்கு எதையாவது தந்தார்கள். இந்த சிறிய பனிப்போரைத் தவிர, வாழ்க்கை மிகமிக இனிமையாக இருந்தது. ஜூன் 14 ஆம் நாள் [அது சேவின் பிறந்த தினம்] அவர்கள் பிஸ்கோ பானத்துடன் எங்களுக்கு விருந்தளித்தார்கள். பிஸ்கோ என்பது உடனடியாகப் போதை தருகிற ஒரு விதமான சாராயமாகும். மருத்துவ இயக்குநர் எங்களைப் பாராட்டி உரை நிகழ்த்தினார். போதை ஏறியதால் உற்சாகமடைந்த நான், அமெரிக்க ஒற்றுமைக் கொள்கையை வலியுறுத்தி உரையாற்றினேன். நல்ல போதையிலிருந்த பார்வையாளர் கூட்டத்தின் கைதட்டலையும் பெற்றேன். நாங்கள் திட்டமிட்டிருந்த நாட்களைவிட சில நாட்கள் கூடுதலாகத் தங்கினோம். அதன்பிறகு கொலம்பியாவுக்குக் கிளம்பினோம்."

கொலம்பியாவில் போகோடோ நகரிலிருந்து ஜூலை 6 ஆம் தேதி தன் தாயாருக்கு எழுதிய நீண்ட கடிதத்தின் ஒரு சிறு பகுதிதான் நீங்கள் மேலே படித்தது. இந்தக் கடிதத்தில் தன் பயண அனுபங்களை விளக்கி இருந்தான் சே.

இதற்கு இரண்டு நாட்கள் முன்பு இகுவிடாஸ்ஸிலிருந்து தன் தந்தைக்கு எழுதிய கடிதத்தில் சே விவரித்தான்;

"மாபெரும் நதிகளின் கரைகள் முழுவதும் நாகரீக மக்கள் குடியேறிவிட்டார்கள். நாகரீகத்தின் சுவடுகளற்ற தொல்குடி மக்களைக் காணவேண்டுமானால், கிளைநதிகளைத் தொடர்ந்து காட்டிற்குள் நீண்ட தூரம் செல்ல வேண்டும்.இப்படிப்பட்ட பயணத்தை குறைந்தபட்சம் இப்போதைக்கு மேற்கொள்ளக்கூடாது என்று தீர்மானித்தோம். தொற்று நோய்கள் மறைந்துவிட்டன. ஆனாலும், டைபாய்ட் காய்ச்சல், மஞ்சள் காய்ச்சல் ஆகியவற்றுக்கு எதிரான தடுப்பூசி போட்டுக்கொண்டோம்; அடிப்பிரின்,குவினைன் ஆகிய மருந்துகளும் எங்களிடம் நிறைய உள்ளன."

"காடுகளில் கிடைக்கும் உணவு வகைகளின் சத்துக் குறைவின் விளைவாக ஏற்படும் வளர்சிதை மாற்றக் கோளாறுகளால் பலவிதமான நோய்கள் வருகின்றன. ஆனால் வாரக்கணக்கில் வைட்டமின் சத்து இல்லாமல் இருப்பதால்தான் மோசமான நோய்கள் வருகின்றன. ஆற்றைப் பின்பற்றிக் காடுகளுக்குச் சென்றால், அவ்வளவு நாட்களுக்கு உண்ண உணவுன்றி எங்களால் இருக்க முடியாது. போகோடோவுக்கோ அல்லது குறைந்த படசம் லெகுயிஸாமோவுக்கோ ஏதேனும் ஒரு விமானத்தில் செல்ல முடியுமா என்று நாங்கள் முயற்சித்துக்கொண்டிருந்தால். இப்படிப்பட்ட தொல் குடி மக்கள் வாழும் இடங்களுக்கு நாங்கள் செல்வது சந்தேகம்தான். [ஆனால் போகோடோவிலிருந்தும் லெகுஇஸாமோவிலிருந்தும் செல்லும் சாலைகள் நன்றாக இருக்கும்] இத்தகைய இடங்களுக்குப் பயணம் செய்வது அபாயகரமானது என்று நாங்கள் நினைப்பதால் அல்ல; பணம் சேமிக்க வேண்டும் என்பதுதான் இதற்குக் காரணம். இப்படி சேமிக்கும் தொகை பின்னால் எனக்கு உதவிகரமாக இருக்கும்."

இப்படி அக்கடிதத்தின் முதற் பகுதியில் சே தனது பயணச் சிக்கல்களை எழுதியிருந்தான்.

சரி ! இந்த இடத்திற்கு அவன் வந்ததே பெரும்பாடு. குஸ்கோவிலிருந்து புறப்பட்டு அபாங்கோவுக்கு வந்து அங்கிருந்து ஒரு லாரியில் வழக்கம்போல் இலவசப் பயணம் செய்து ஹூவாங்காராமா எனும் சிறிய நகரை அடைந்தனர். அங்கு சேவின் ஆஸ்த்துமா தாக்குதல் அதிகரித்தது, ஆல்பர்ட்டோ எங்கோ அலைந்து திரிந்து அட்ரினாலும் ஆஸ்பரினும் வாங்கி வந்தான். அந்த மாத்திரைகளை விழுங்கி சற்று நிவாரணம் பெற்றான் சே.

கிராமத் தலைவரின் உதவியோடு லெஃப்டினெண்ட் கவர்னரை சந்தித்து உதவி கேட்டனர். அவரும் குதிரைகள் அனுப்பி உதவினார்.

அத்துடன் கொச்சுவா மொழி மட்டுமே தெரிந்த ஒருவரை வழிகாட்டவும் அனுப்பினார். வழியில் பிரம்புக்கூடைகளைச் சுமந்துகொண்டு வந்த ஒரு வயதான பெண்மணியும் ஒரு சிறுவனும் வழிமறித்தனர். அவர்கள் கூடை விற்பதற்காக தங்களை மறிப்பதாக எண்ணி "எனக்கு வேண்டாம் ! எனக்கு வேண்டாம்!" என சே திரும்பத் திரும்பச் சொல்ல அவர்களுக்குப் புரியவில்லை. தற்செயலாக அந்தப் பக்கம் வந்த ஒருவர் நிலைமையில் தலையிட்டு உதவினார்; ஏனெனில், அவருக்கு கொச்சுவா மொழி மட்டுமல்ல ஸ்பானிஷ் மொழியும் தெரிந்திருந்தது. அந்தக் குதிரைகள் அந்தப் பெண்மணிக் குடும்பத்துக்குரியவை. லெஃப்டினென்ட் அவர்களிடம் பறித்து இங்கே தானம் செய்திருக்கிறான். குதிரையை அவர்களிடம் கொடுத்துவிட்டு மூன்று மைல் தூரம் மலையில் பயணித்து தொழுநோயாளிகள் காலனிக்கு வந்து சேர்ந்தனர்.

அந்த தொழுநோய் மருத்துவமனை வசதிகளற்றதாகவும் சுகாதாரம் மிக மோசமானதாகவும் இருந்தது."ஒரு சிறிய கொட்டகையில், குணமடைவதற்கு வாய்ப்பே இல்லாத முப்பத்தியொரு நோயாளிகள் தங்கள் வாழ்நாளைக் கழித்துவந்தனர்."

சே நினைவு கூர்கிறான்," மரச்சட்டங்களின் மீது வைக்கோர் கூரை வேய்ந்த மண்தரையைக் கொண்ட அறைக்குள் சென்றோம். ஒரு அழகிய இளம் பெண் குவைரோஸ் எழுதிய 'ஒன்றுவிட்ட சகோதரன் பேஸியோ' என்ற நூலைப் படித்துக் கொண்டிருந்தாள். அந்தப் பெண் ஆற்ற முடியாத வேதனையோடு அழுதாள். இந்த வாழ்க்கையே ஒரு தண்டனை என்று கூறினாள்" "அங்கே ஒரு பெரிய அறுவைச் சிகிட்சையை கூட அங்கிருந்த மருத்துவரின் சமையலறையில்தான் செய்யவேண்டியிருந்தது."

அருகிலே உருவாக்கப்பட்டு வருகிற புதிய மருத்துவமனையும் பலகுறைபாடுகளுடனே காட்சி அளித்தது. சேவின் ஆஸ்த்துமா மீண்டும் தொல்லை அளித்ததால் ஹுவாங்காராமாவுக்கே திரும்பவேண்டியதாயிற்று.

ஓரளவுக்கு ஆஸ்த்துமா சீற்றம் மட்டுப்பட்டதும் புறப்பட்டனர். கையில் பணம் பெரும் முடையானது. சாப்பிடக்கூட தயங்கினர். லீமா போனால் மட்டுமே சிரமத்திலிருந்து மீளமுடியும். அண்டாஹுவாய்லாஸ் சென்று அங்கிருந்து லாரி மூலம் அயாகுசோவுக்குச் சென்றனர். போகும் வழியில் மலைகளைக் கடந்து செல்கையில் குளிர் அதிகமானது. அங்கு சாதாரணமாகப் பெய்யும் மழையில் நனைந்தனர். அந்தப் பயணம் பற்றி சே தன் நாட்குறிப்பில் எழுதியுள்ள வரிகள் சோகத்தைச் சொல்லும்;

"லீமாவுக்குப் பத்து மாடுகளை ஏற்றிச் சென்ற லாரியின் பின்பக்கத்தில் தொற்றிக் கொண்டோம். அந்த மாடுகளைக் கவனித்துக் கொள்ள வேண்டும் என்று எதிர்பார்க்கப்பட்டோம். ஓட்டுநரின் உதவியாளராகச் செயல்பட்ட ஒரு பூர்வகுடி இந்திய இளைஞனோடு சேர்ந்து முழுமையாக நனைவதைத் தவிர வேறுவழி இருக்கவில்லை. சிஞ்செரோஸ் எனும் கிராமத்தில் நாங்கள் இரவைக் கழித்தோம். அடுத்தநாள், ஆழமான இடுக்கு வழியிலிருந்து, பெரு நாடு முழுவதிலும் மலைத் தொடர்களின் சிகரங்களில் காணப்படும் தட்டையான பம்பா சமவெளி வரையில் அனைத்தையும் கடந்து பயணித்தோம். அமேசான் காடுகளைத் தவிர மேடுபள்ளங்கள் நிறைந்த அந்த நாட்டின் புவிப்பரப்பில் பரந்த சமவெளிகளே கிடையாது. மாடுகள் நின்று கொண்டிருந்த இடத்தில் கொட்டப்பட்டிருந்த மரத்தூள் மறைந்து விட்டதாலும்.. ஒரே இடத்தில் அசையாமல் பலமணி நேரம் நின்று கொண்டிருந்ததாலும்.. களைத்துப் போன மாடுகள் லாரி ஒவ்வொரு முறை ஆடும்போதும் ஒன்றின்மீது ஒன்றாகச் சாய்ந்து விழத் தொடங்கியதாலும். எங்களுடைய பயணம் மிகக் கடினமாக மாறியது. அவற்றை நாங்கள்தான் தூக்கிவிட வேண்டியிருந்தது. ஏனெனில், கீழே விழுந்த மாடுகள் மற்ற மாடுகளால் மிதிபடக்கூடிய அபாயம் இருந்தது."

லீமாவை நோக்கிய பயணம் கடுமையானது. வழியில் நிலச்சரிவு வேறு. பசிக்கு ஒருவர் சோளக்கதிரும் கொஞ்சம் இறைச்சியும் கொடுத்தார். இறைச்சியை வேகவைக்க இயலவில்லை. சிறுகுடலைப் பெருங்குடல் தின்னும் பசியை அந்தச் சோளக்கதிரில் தணிக்க முயன்றனர். இடர்ப்பாடுகளுக்கு இடையில் மாறி மாறி லாரிகளில் தொற்றிக்கொண்டு ஹூவாங்கோ சென்று பின் ஆக்ஸாபம்பாவைச் சென்றடைந்தனர். அங்கே எதிர்பார்த்துச் சென்ற நண்பர் இல்லை, ஆயினும் சேவின் உறவினர் ஒருவரைக் கண்டுபிடித்து தங்கவும் நன்கு சாப்பிடவும் வழி செய்து கொண்டனர்.

இன்னொரு லாரியில் ஏறி லீமாவுக்குப் போகும் வழியில் ஸான் ராமோன் எனும் இடத்தில் வழக்கம் போல் கதைவிட்டு ஒருவரிடம் உணவு சாப்பிட்டனர். கடல் மட்டத்திலிருந்து நாலாயிரம் மீட்டர் உயரத்தில் இருந்த சுரங்க நகரமான லா ஓரோயா நகர்வழியே செல்ல வாய்ப்பு கிடைத்த போதிலும் லாரி அங்கே நிற்காததால் வெறும் பருந்துப் பார்வையோடு சரி !

கடல் மட்டத்திலிருந்து 4853 மீட்டர் உயரத்தை கடந்தனர். அங்கே பகலில்கூட குளிர் நடுக்கியது. போர்வையைப் போர்த்தி உட்கார்ந்து கொண்டு; இயற்கை அழகை அள்ளிப் பருகியபடியும்

பாடல்களை உரக்கப் பாடியபடியும் சேவும் ஆல்பர்ட்டோவும் லீமாவை நெருங்கினர். அன்று இரவு லீமா நகருக்கு அருகே தங்கினர். மறுநாள் லீமாவில் பிரவேசித்தனர்.

லீமா ஒரு கவர்ச்சியான நகரம். அங்கே பல யுத்தங்களைக் கண்ட கோட்டையின் சுவர்கள் பழம் பெருமையை பறைசாற்றிக் கொண்டிருப்பினும்; புதிய கட்டிடங்களுக்குக் கீழே அதன் பழமை புதைந்து விட்டது.

அமெரிக்காவை எதிர்த்து உறுதியாகப் போராடிய நகரமெனினும்; ஒரு காலனியின் நிலப்பிரபுத்துவ நிலையை இன்னும் கடந்திராத பெரு நாட்டின் முழுமையான சாட்சியாக லீமா விளங்கியது. இரத்தம் சிந்தப்படும் ஒரு உண்மையான புரட்சிக்காகக் காத்துக்கொண்டிருந்த நகரமாக லீமாவை சே கருதினான். இங்கே சே அடிக்கடி சென்று கண்டுகளித்து அசைபோட்ட ஒரு இடம் உண்டெனில், அது அருங்காட்சியகமே. சே தன் நாட்குறிப்பில் குறிப்பிடுகிறான்;

"ஆட்சியாளர்களின் தலைமையகமான இந்த நகரத்திலேயே எங்களுக்கு மிகவும் பிடித்தமானதும் மச்சு பிக்கு சிகரங்களில் எங்களுக்கு ஏற்பட்ட மனப்பதிவுகளைப் புதுப்பித்துக் கொள்வதற்காக நாங்கள் அடிக்கடி சென்று வந்ததும் லீமாவில் இருக்கும் தொல்லியல் மற்றும் மானிடவியல் அருங்காட்சியகமாகும். டான் யூலியோ டெல்லோ எனும் இந்திய அறிஞரால் நிறுவப்பட்ட இந்த அருங்காட்சியகத்தில், முழுமையான பண்பாடுகளைப் பிரதிபலிக்கக் கூடிய விலை மதிக்க முடியாத அரிய பொருட்கள் பல இருக்கின்றன."

தந்தைக்கு சே எழுதிய கடிதத்தின் முதல் பகுதியை முன்னரே பார்த்தோம்; அந்தக் கடிதத்தில் லீமாவில் கிடைத்த அனுபவத்தை நெஞ்சம் உருகி சே பதிவு செய்திருந்தான்;

"எங்களுக்கு எந்த முக்கியத்துவமும் தராத அறிவியல் மையங்களுக்கெல்லாம் அப்பால், தொழுநோய் மருத்துவமனை ஊழியர்களைப் பொறுத்தவரையில், எங்கள் பயணம் முக்கியத்துவம் வாய்ந்த நிகழ்வாக மாறிவிட்டது, வருகை புரிந்த ஆராய்ச்சியாளர்களுக்கே உரிய மரியாதையோடு அவர்கள் எங்களை நடத்தினார்கள். தொழுநோய் மருத்துவத்தில் எனக்கு உண்மையிலேயே ஆர்வம் ஏற்பட்டுவிட்டது. ஆனால் இந்த ஆர்வம் எவ்வளவு காலத்துக்கு நீடிக்கும் என்று எனக்குத் தெரியவில்லை. எங்களுடைய பணியைத் தொடர்ந்து மேற்கொள்வதற்கு எங்களுக்கு உத்வேகமளிப்பதற்கு, லீமா மருத்துவமனையிலுள்ள நோயாளிகள் எங்களுக்கு விடை கொடுத்து அனுப்பியதே போதுமானது. அவர்கள் எங்களுக்கு ஆவிச்சூட்டடுப்பு ஒன்றைப் பரிசளித்ததுடன்,நூறு

சொல்களை (பெரு நாணயம்)வசூல் செய்தும் கொடுத்தனர். அவர்களுடைய பொருளாதார நிலைமையில் அது பெருந்தொகை. எங்களுக்கு விடை கொடுத்து அனுப்பும் போது அவர்களில் பலருடைய கண்களில் கண்ணீர் அரும்பியது. நாங்கள் மருத்துவருக்கு உரிய முழு உடைகளையோ கையுறைகளையோ அணியவில்லை; எல்லோருடனும் கை குலுக்குவது போலவே அவர்களுடனும் கைகுலுக்கினோம்; அவர்களோடு உட்கார்ந்து எதைப் பற்றியாவது பேசிக்கொண்டிருந்தோம்;அவர்களோடு கால்பந்து விளையாடினோம். அவர்கள் எங்களைப் பாராட்டுவதற்கு இதுதான் காரணம். இதெல்லாம் அர்த்தமற்ற துணிகரச் செயல்களாகக் கருதப்படலாம். ஆனால் எப்போதும் மிருகங்களைப் போலவே நடத்தப்பட்ட இந்த பரிதாபத்துக்குரிய மக்கள் சராசரி மனிதர்களாக நடத்தப்படுவதன் மூலம், அவர்களுக்குக் கிடைக்கும் மன அமைதி அளவிட முடியாதது. அதற்காக நாம் எதிர்கொள்ளும் ஆபத்தோ புறக்கணிக்கக் கூடிய அளவு சிறியது."

தங்களைத் தொழுநோய் நிபுணர்களென்றும் ஆராய்ச்சியாளர் என்றும் மருத்துவரென்றும் கூறிக்கொண்டு பல்வேறு உதவிகளை மருத்துவ மனைகளிலிருந்து பெற்றபடியேதான் பயணம் செய்து கொண்டிருக்கின்றனர். ஆனால் ஆல்பட்டோ மட்டுமே மருத்துவப் படிப்பை முடித்தவர். சே மருத்துவ மாணவனே. மேலே உள்ள கடிதவரிகளில் சே பகிரங்கமாக வாக்குமூலம் தந்தபடி தொழுநோயாளர்கள் மீதான ஈர்ப்பு இந்தப் பயணத்திலேதான் உருவானது என்பதே உண்மை. சேவும் ஆல்பர்ட்டோவும் தொழுநோயாளர்களிடம் காட்டிய பரிவு அவர்களின் சீரிய பார்வைக்கு சாட்சியாகும்.

லீமாவிலிருந்து இகுவிடாஸுக்குப் போவதே இவர்களின் தற்போதைய ஒரே திட்டம். புறப்பட்டுவிட்டனர் எப்போதும் போலத்தான் நெஸ்க்இல்லா வழி புகால்பாபாவுக்குச் சென்றனர். உகாயலி நதியில் நீச்சலடித்தனர், முதுகில் பைகளைச் சுமந்து கொண்டு லா ஸெனெபா கப்பலில் ஏறியதும் அது கிளம்பியது. இவர்களுக்குக் கொடுத்த வாக்குறுதிப்படி மூன்றாம் வகுப்புக் கட்டணத்தில் முதல் வகுப்பில் பயணம் செய்ய அனுமதிக்கப்பட்டனர். பணமுடை சிக்கனத்தைக் கற்றுக் கொடுத்தது. கப்பலில் சே சந்தித்த ஒரு பெண் சற்று நெருக்கமானாள்; ஆனால் பணத்தை எதிர்பார்த்தாள். ஆனால் சே வின் ஆஸ்த்துமா கடுமையாக இருந்த நிலை கண்டு இரங்கினாள் இது குறித்து சே தன் நாட்குறிப்பில் பதிவு செய்தது அவளுள் இன்னும் சிச்சினா இருப்பதைக் காட்டியது;

"என்னுடைய வருந்தத் தக்க உடல் நிலை கண்டு இரக்கம் காட்டிய அந்த வேசிப்பெண்ணின் இதமான அன்பு சாகசப் பயணத்துக்கு முந்தைய என் வாழ்க்கையைப் பற்றிய; மனதின் அடியாழத்தில் புதைந்து கிடந்த நினைவுகளை எல்லாம் கிளறிவிட்டது. கொசுக்களால் விழித்துக் கிடந்த அந்த இரவில், வழக்கத்துக்கு மாறாக இந்தக் கனவின் முடிவு கசப்புணர்வைக்காட்டிலும் இனிமையையே மிகுதியாகக் காட்டிக்கொண்டிருந்தது. களங்கமற்ற, மென்மையான முத்தத்தை அவளுக்கு [சிச்சினாவுக்கு அனுப்பினேன்; அவளை நன்றாகப் புரிந்த அறிந்த நண்பனின் முத்தம். பிறகு என் மனம் மாலாகுவேனாவில் அலைந்து திரிந்தது. அங்குள்ள கூடத்தில் அந்த இரவின் குறிப்பிட்ட கணத்தில் அனேகமாக புதிய காதலனிடம் அவள் புரிந்துகொள்ள முடியாத விசித்திரமான மொழியில் மெல்லப் பேசிக்கொண்டிருக்கலாம். தேவைதானா இது என்ற கேள்விக்கு ' ஆம்' என்று பதிலளிப்பதைப் போல், நட்சத்திரங்கள் நிறைந்த வானம் பரவசத்துடன் மின்னியது."

எப்போதும் காதலர் பிரிய நேரிடலாம்; ஆனால் அந்தக் காதலின் ஒரு துளியேனும் உள்ளத்தின் அடியாழத்தில் தேங்கி இருக்கவே செய்யும். அப்படி இருந்தால்தான் அது மெய்யான காதல். அந்தக் காதல் ஒருவருக்கொருவர் தீங்கு செய்யாது; 'எங்கிருந்தாலும் வாழ்க' என வாழ்த்தும். அதுவே காதலின் சக்தி. சேவிடம் அது எதிரொலித்தது.

இகுவிடாஸை அடைந்துபின்னும் ஆஸ்த்துமா சீற்றம் தொடர்ந்ததால் இரண்டுநாள் சே ஓய்வெடுக்க வேண்டியதாயிற்று; அப்புறம் படகில் பயணித்து ஸான் பாப்லோவை அடைந்தனர். அங்குள்ள தொழுநோயாளர் குடியிருப்பை பலமுறை பார்வையிட்டனர். அந்த அனுபவங்களை விரிவாக சே பதிவு செய்துள்ளான்.

"நாங்கள் இதுவரையில் கண்டவற்றிலேயே மிகவும் பயங்கரமான ஒரு காட்சி; வலது கையில் ஒரு விரல்கூட இல்லாமல் அவற்றுக்குப் பதிலாக சில குச்சிகளை தனது மணிக்கட்டில் கட்டிக்கொண்டு அக்கார்டியன் வாசிக்கும் ஒரு கலைஞன்; பார்வையற்ற ஒரு பாடகன்; அந்த நோய் நரம்பு மண்டலத்தை பாதித்ததால் ஏறத்தாழ அனைவரின் முகங்களும் விகாரமாக இருக்கின்றன - ஒரு திகில் படத்தில் வரும் காட்சி போல."

மேலும் தெரிவிக்கிறான்;

"செவ்வாய்க் கிழமையன்று மீண்டும் நாங்கள் தொழுநோயாளி குடியிருப்புகளின் வளாகத்திற்குச் சென்றோம். நோயாளிகளின் நரம்புமண்டலத்தைப் பரிசோதிப்பதற்காக அங்கு கிளம்பிய டாக்டர் பிரெஸ்ஸியானியும் எங்களுடன் வந்தார். நானூறு

நோயாளிகளைப் பரிசோதித்ததின் அடிப்படையில் நரம்பியல் சார்ந்த தொழுநோயின் வடிவங்களைப் பற்றி அவர் ஆழமான ஆய்வுகளை மேற்கொண்டிருந்தார். அவர் சேகரித்த ஆய்வுத் தரவுகள் மிகவும் ஆர்வம் ஊட்டக்கூடியவை. ஏனெனில் இந்தப் பிரதேசத்திலுள்ள பெரும்பாலான தொழுநோயாளிகளுக்கு நரம்பு மண்டலம் பாதிக்கப்பட்டுள்ளது. உண்மையில் நரம்பு மண்டலக் கோளாறு இல்லாத ஒரு நோயாளியைக் கூட நான் பார்க்கவில்லை. டாக்டர் பிரெஸ்ஸியானி கூறுவதன்படி, அந்தக் குடியிருப்பில் வசித்துக் கொண்டிருக்கும் குழந்தைகளிடம் தொடக்க கட்ட நரம்பியற் கோளாறுகளுக்கான அறிகுறிகள் தெரிகின்றனவா என்பதில் டாக்டர் செளஸா லீமா ஆர்வமிக்கவராக இருந்தார்"

அந்தத் தொழுநோய் மருதுவமனையில் மிகுந்த ஈடுபாட்டுடன் சேவும் ஆல்பர்ட்டோவும் இயங்கினர். அங்கு நடந்த பிரிவு உபச்சார மற்றும் பாராட்டுவிழா பற்றித் தன் தாயாருக்கு எழுதிய கடிதத்தில் குறிப்பிட்டதை இந்த அத்தியாயத்தின் துவக்கத்தில் பார்த்தோம். அன்று ஜூன் 14 சே தன் இருபத்தி நான்கு வயதை முடித்து இருபதைந்தாவது வயதில் அடியெடுத்து வைத்தான். அதற்குள்தான் அவனுக்கு எத்தனை எத்தனை அனுபவங்கள் !

மருத்துவர்களும் ஊழியர்களும் அன்புடன் ஏற்பாடுசெய்த மம்போ டாங்கோ என்று பெயரிடப்பட்ட மிதவையில் அமேசன் நதியில் சேவும் ஆல்பர்ட்டோவும் கொலம்பியா நோக்கிப் பயணம் தொடங்கினர். கொலம்பியா நாட்டின் லெட்டிஷியா நகருக்குச் செல்ல நினைத்து மிதவையைத் திருப்ப முயன்றனர். ஆனால் ஆற்றின் போக்கில் அடித்துச் செல்லப்பட்டு பிரேசிலில் கரையொதுங்கினர். இது சட்டபூர்வமற்றது எனினும், கரையிலுள்ளோர் உணவும் இடமும் அளித்து எதிர்திசையில் ஏழுமணி நேரம் பயணம் செய்தால் லெட்டிஷியாவை அடையலாம் என வழிகாட்டி அனுப்பினர். லெட்டிஷியாவில் வழக்கம்போல் சமாளித்தனர். அடுத்து விமானத்துக்காக பதினைந்துநாள் காத்திருக்க நேரிட்டது. விமானம் மூலம் போகோடோவை அடைந்தனர். இடை நிறுத்தமாக டிரெஸ் எக்கினாஸ் எனும் இடத்தில் தங்கினர். அங்கு சேவுக்கு வித்தியாசமான அனுபவம் கிடைத்தது. அது குறித்து தன் தாயாருக்கு எழுதிய கடிதத்தில் விவரித்துள்ளான்.

"தொழுநோய் மருத்துவ மனைப்பிரிவு எங்களை வரவேற்றது; சமுகத்தில் [அர்ஜெண்டின கால்பந்தாட்ட வீரர்] லஸ்தோவுக்கு உரிய அந்தஸ்தோடு பணிபுரிந்துவரும் டால்டர் பெஷியின் கையெழுத்துடன் கூடிய, பாராட்டும் விதத்திலான அறிமுகக் கடிதத்தை பெருவிலிருந்து கொண்டுவந்திருந்தோம். ஆகவே முதல்

நாளன்று எங்களிடம் அவர்கள் மிகுந்த எச்சரிக்கையுடனே நடந்து கொண்டார்கள். ஆல்பர்ட்டோ பல்வேறு புட்டயச் சான்றிதழ்களை அவர்கள் முன்னால் எடுத்துவைத்தான். நான் ஒவ்வாமை குறித்த எனது ஆய்வுகளை எடுத்துக்கூறி வியப்படைய வைத்தேன். அவர்களால் எதுவுமே பேசமுடியவில்லை. எங்கள் இருவருக்கும் வேலைதருவதாகக் கூறினார்கள். வேலையை ஏற்றுக்கொள்ளும் நோக்கம் எனக்கு இல்லை; ஆனால் சில குறிப்பிட்ட காரணங்களை முன்னிட்டு வேலையை ஏற்றுக் கொள்ளலாமா என்று ஆல்பட்டோ யோசித்தான்."

"தரையில் ஒரு வரைபடத்தைக் கீறிக்காட்டுவதற்காக கத்தியை நான் வெளியில் எடுத்தேன். அதையே காரணம் காட்டி போகோடா போலிஸார் எங்களிடம் தகராறு செய்தனர். மோசமாக நடத்தினர்."

இதனாலும் கொலம்பிய அரசியல் சூழலாலும் இனி இங்கிருக்க வேண்டாம் வெனிசுலா செல்லலாம் என இருவரும் முடிவெடுத்தனர். அது பற்றி சே குறிப்பிடுகிறான்;

"நாங்கள் இதுவரை சென்ற எல்லா நாடுகளையும் விட இங்கேதான் தனிமனித சுதந்திரம் மிக மோசமான ஒடுக்குமுறைக்கு உள்ளாகி இருக்கிறது. போலிஸார் துப்பாக்கிகளை ஏந்தியபடி வலம் வருகிறார்கள்; அடிக்கடி பயண ஆவணங்களைக் காட்டும்படி வற்புறுத்துகிறார்கள். பதற்றமான சூழல்.. முற்போக்கு தாராளவாதியான ஜோர்ஜ் எலீஸர் கொலை செய்யப்பட்டது அனைவர் நெஞ்சிலும் சுமையாய் அழுத்துகிறது.. மூச்சுத் திணறவைக்கும் சூழல்.. கொலம்பியர்கள் இந்தச் சூழலைச் சகித்துக் கொள்ள விரும்பினால் அவர்களுக்கு என் வாழ்த்துகள். விரைவாக கொலம்பியாவைவிட்டு வெளியேறிவிட வேண்டும். வெனிசுலாவில் காராகாஸில் ஆல்பர்ட்டோவுக்கு நல்ல வேலை கிடைக்க வாய்ப்பிருக்கிறது."

கொலம்பியாவில் குறிப்பிடத்தக்க எந்த செயலிலும் ஈடுபடாமல் கொலம்பிய வெனிசுலா எல்லையாக விளங்கும் பாலத்தின் வழியே நடக்கலானார்கள். வழி நெடுக போலிஸாரின் கடும் சோதனைகளுக்கு உட்பட வேண்டியிருந்தது. ஸான் அண்டோனியா டி டாச்சிராவில் நிர்வாகக் காரணங்களுக்காக சிறிது நிற்கவேண்டியதாயிற்று. ஸான் கிறுஸ்டோபலை அடைந்தனர். இரண்டு நாள் பயணம். வழியில் வெனிசுலாவிலேயே மிக உயரமான ஆந்திய மலைத்தொடர் புண்ட்டா டெல் ஆகுவிலா 4108 மீட்டர் உயரம் அதனை இப்பயணத்தில் கடந்தனர். இறுதியாக காராகாஸை அடைந்தனர்.

ஆல்பர்ட்டோ வேலை நிமித்தம் காராகாஸிலேயே தங்கிவிட்டான்.

தன் தாய்க்கு வாக்கு கொடுத்தபடி, மருத்துவப் படிப்பை முடித்து பட்டம் பெறுவதற்காக சே விரைந்து பியூனஸ் அயர்ஸுக்குத் திரும்ப வேண்டியிருந்தது. பந்தயக் குதிரைகளை ஏற்றிச் சென்ற ஒரு சரக்கு விமானத்தில் திரும்பினான். இந்த விமானம் மியாமிக்குச் சென்று, அங்கு ஒரு நாள் இருந்து விட்டு மீண்டும் காரகாஸ் வந்து அர்ஜெண்டினா திரும்புவது திட்டம். ஆனால் விமானக் கோளாறால் ஒரு மாசம் தங்க நேரிட்டது. கையில் காசில்லை. கடன் சொல்லி ஒரு விடுதியில் தங்கினான். ஊர் திரும்பியதும் கடனைத் திருப்பிச் செலுத்தவும் செய்தான்.

தன் படிப்பை முடிக்கவே ஊர் திரும்பினான். 1952 ஆகஸ்ட் 31 ஆம் நாள் பியூனஸ் அயர்ஸில் விமானம் தரை இறங்கியது. பெற்றோரும் சகோதரர்களும் நண்பர்களும் விமானநிலையம் வந்திருந்தனர்.

இந்தப் பயணங்கள் எதிர்கால சேவை அடையாளம் காட்டியதாகச் சொல்ல முடியாது; சே கூட படிப்பை முடித்தபின் வெனிசுலா போய் ஆல்பர்ட்டோவோடு மருத்துவ சேவை செய்வதாகவே எண்ணி இருந்தான். ஆயினும், அடுத்த பயணம் விரைவில் தொடங்கும் மனோநிலையில் இருந்தான். அடுத்த பயணமோ வாழ்க்கையையும் வரலாற்றையும் புரட்டிப் போடப்போகிறது என்பதை விமானநிலையத்தில் வரவேற்க வந்தவர்கள் யூகித்திருக்க முடியாதல்லவா ? ஏன்; சேவேகூட அப்படி யோசித்திருக்கவில்லையே.

5

வாழ்க்கையை, வரலாற்றைப் புரட்டிய சந்திப்பு..

"..[குழந்தை ஹில்டிடா] எனக்கு இரட்டிப்பு மகிழ்ச்சியைக் கொடுத்துவிட்டாள். முதலாவது, மணவாழ்க்கையின் சீரழிந்த நிலைக்கு அவள் முற்றுப்புள்ளி வைத்துவிட்டாள். இரண்டாவதாக, எல்லா விஷயங்களையும் மீறி என்னால் கிளம்பமுடியும் என்று எனக்கு இப்போது முழு நம்பிக்கை ஏற்பட்டிருக்கிறது. அவளுடைய அன்னையின்மீது நான் வைத்திருக்கும் அன்பைக் காட்டிலும், அவளுடன் வாழ்வதற்கு என்னால் இயலாது என்ற உணர்வு பெரிதாகும். அந்தச் சின்னக் குழந்தையின் அழகும்; அவள் மீதான அக்கறையும் [அவள் பல விதங்களிலும் மிகச் சிறந்த பெண்; அவள் என்னைப் பைத்தியக்காரத்தனமாகக் காதலிக்கிறாள்] என்னை ஒரு சலிப்பான குடும்பத் தலைவனாக மாற்றிவிடும் என்று ஒரு கணம் நினைத்தேன். ஆனால் அப்படி எதுவும் நடக்காது ஒரு கட்டுப்பாடற்ற வாழ்க்கையை நான் தொடரப் போகிறேன் என்று இப்போது நான் அறிவேன்; இது எவ்வளவு காலத்துக்கு நீடிக்கும் என்று தெரியாது."

பின்னொரு சந்தர்ப்பத்தில் பியூனஸ் அயர்ஸிலிருந்த தனது நண்பர் டிட்டா இன் ஃபாண்ட்டோவிற்கு எழுதிய கடிதத்தில் சே எழுதியிருந்தான்.

சே தன் மருத்துவப்படிப்பதற்காகத்தன் பயணத்தை முடித்துக்கொண்டு ஊர்திரும்பி இருந்தான். சேவின் பழக்க வழக்கங்களும் பண்பும் மாறியிருந்ததை பெற்றோர்கள் கவனிக்கத் தவறவில்லை. இதெல்லாம் வயதுக் கோளாறு என்கிற அளவிலேயே அவர்கள் எடுத்துக்கொண்டனர்.

சேவின் மனது அடுத்த பயணத்திலேயே உழன்றது; எனினும் பயணம் தொடங்கும் முன் மருத்துவப் பட்டம் பெற்றாக வேண்டும். எனவே, தனது அத்தை பீட்ரிஸின் வீட்டில் தங்கி படிப்பில் கவனம் செலுத்தலானான்.

அப்போது அர்ஜென்டினாவில் பெரானிசம் அந்திமக் காலத்தில் இருந்தது; பட்டப்படிப்பில் ஜஸ்டிஷியலிஸ் மோவை அதாவது பெரானியக் கோட்பாட்டைக் கட்டாயம் பயின்றாக வேண்டும். அதில் இராணுவப் பயிற்சியும் உண்டு. சேவுக்கு பெரானியழும் பிடிக்காது; ராணுவப் பயிற்சியையும் தவிர்க்க யோசித்தான். இந்தப் பயிற்சியால் மேலும் ஓராண்டுப் படிப்பு நீளும், பயணம் தடங்கலாகும். யோசித்து ஒரு நாள் உறைபனி நிலையிலிருந்த ஆற்றில் வேண்டுமென்றே நீண்ட நேரம் குளித்து ஆட்டம் போட்டான். ஆஸ்த்துமா கடுமையானது. மருத்துவ சோதனைக்குப் பின் இந்த பெரானியப் படிப்பிலிருந்து விடுதலை கிடைத்தது.

படிப்பு முடிந்ததும் ஒவ்வாமை நிபுணரான சால்வடார் பிஸானியின் ஆய்வகத்தில் பணிபுரிந்தான். இக்காலகட்டத்தில் சிச்சினாவை சிலமுறை சந்தித்தான்; இருவரும் உணர்ச்சிகளைக் காட்டவில்லை. சுமுகமாகவே சந்தித்து நட்பாகவே பிரிந்தனர்.

சிச்சினாவைச் சந்தித்தது தவிர, மற்றைய நேரங்களில் தன் மோட்டார் சைக்கிள் பயணக் குறிப்புகளை ஒழுங்குபடுத்துவதில் நேரம் செலவிட்டான் சே. பெரானிஸ சர்வாதிகாரம் சேவுக்கு வெறுப்பூட்டியது. சகித்துக் கொண்டு பொறுமையாய் வாழ விருப்பமில்லை. மறுபுறம் தாய் தந்தையருக்கு இடையே நடந்த ஓயாத சண்டையும் சிக்கலும் எரிச்சலூராட்டின. எல்லாவற்றையும்விட உளர்சுற்றும் பேராசை அவனை மீண்டும் உலுக்கியது. சென்ற பயணத்தில் உடன் வந்த ஆல்பர்ட்டோ வெனிசுலாவிலேயே வேலைநிமித்தம் தங்கிவிட்டதால். துணை தேடினான். கலிகருக்கு அழைப்பு விடுத்தான் சே.

அதுகுறித்து கலிகர் தன் நூலில் எழுதுகிறான்; "அப்போது ஒரு நாள் சே எங்கள் வீட்டிற்கு வந்தான். பயணம் பற்றி முன்மொழிந்து ஓராண்டு இருக்கும். [இரண்டாவது அத்தியாயத்தில் இந்த சவால் குறித்து எழுதப்பட்டுள்ளது பல்கலைக் கழக மதிப்பெண் சான்றிதழை என் முகத்துக்கு நேராக ஆட்டி,' முட்டாளே ! இதோல பார் ! நான் பாஸாக மாட்டேன்னு நெனச்சே இல்ல ? கலிகா ! பேக் பண்ணு நாம நெஜமாகவே கிளம்பப் போறோம்.“

கார்லோஸ் கலிகர் ஃபெரார் பால்யம் முதலே சேவின் நண்பனாக இருப்பினும் முதல் பயணத்தில் உடன் செல்ல வாய்ப்பு அமையவில்லை. அடிக்கடி சே வித்தியாசமான எதையாவது செய்யும் போது கலிகர் சற்று தயங்கினால் உடனே அந்த நட்பு வட்டத்திலிருந்து விலகி இருக்க நேரிடும். தன் அனுபவம் ஒன்றை கலிகர் சொல்கிறான்;

"இதோ பார் ! நீ எங்கள் குழுவில் மீண்டும் சேரவேண்டுமென்றால் ஒரு வீரச் செயலைச் செய்யவேண்டும் என்றான் சே.

வெட்டிவிடுவார்களோ என நினைத்துச் சவாலை ஏற்றேன். சுமார் நான்கு அல்லது ஐந்து சதுர மீட்டர் பெரும் பாறைக்கு என்னை அழைத்துச் சென்றார்கள். அதனடியில் ஒரு குகை இருந்தது. இந்தக் குகையில் நுழைந்து வெளிவந்தாயானால் எங்கள் குழுவில் சேர்த்துக் கொள்கிறோம் என்றான் சே. மறு சிந்தனை இன்றி குகையில் நுழைந்துவிட்டேன். பாம்போ, சிலந்தியோ கடித்துவிடுமோ, தவளை மேலே குதிக்குமோ, குகை சரிந்துவிடுமோ என்கிற பயத்தோடு உள்ளே நுழைந்தேன். காலம் பூராவும் குகைக்குள் இருப்பதுபோல் தோன்றினாலும் எப்படியோ வெளிவந்துவிட்டேன். எல்லோரும் கைதட்டி வாழ்த்தினார்கள். சேவின் நண்பன் என்கிற அங்கீகாரத்தை மீண்டும் பெற்றுவிட்டேன்"

சிறுவனாக இருந்த போது சேவுடன் விளையாட்டுக்குழுவில் இணைந்தது மட்டுமல்ல; சேவுடன் உலகம் சுற்றும் பயணத்திலும் கலிகர் இணைந்தான்.

வேலை, பெண், வாழ்க்கை என்கிற கனவுகளோடுதான் கலிகர் இந்தமுறை பயணத்தில் சேவுடன் இணையச் சம்மதித்தான்.

1953 ஜூலை 7 ஆம் தேதி குளுமையான மதியப் பொழுதில் பியூனஸ் அயர்ஸின் ரெடிரா ரயில் நிலையத்திலிருந்து சேவும் கலிகரும் பயணம் புறப்பட்டனர். பெற்றோரும் நண்பர்களும் வழியனுப்பினர்.

"கலிகாவைப் பார்த்துக்கொள்! அவன் வீட்டைவிட்டு எங்கும் போகாதவன்! உன்னைப் போல பயணம் செய்த அனுபவம் எல்லாம் அவனுக்குக் கிடையாது." என கலிகரின் அம்மா சேவிடம் திரும்பத் திரும்பத் சொல்லியபடியே இருந்தாள்.

"ரொம்ப கவனமாக இரு! தயவு செய்து குடிக்காதே! நீ குடித்தாயானால் வம்புச் சண்டையை இழுத்துவிடுவாய்! தெரியாத இடம். உயிருக்கு ஆபத்தாய் விடும்! ஜாக்கிரதை" என கலிகரிடம் உபதேசித்துக்கொண்டே இருந்தார்.

ஏற்கெனவே இருவரும் பேசி உத்தேசமான ஒரு பயணத்திட்டத்தை உருவாக்கியிருந்தார்கள். முதல் முறை ஆல்பட்டோவுடன் சென்றபோது சிலிவழியே சென்றததால் இம்முறை பொலிவியா, பெரு, ஈக்குவடார், கொலம்பியா, வழி வெனிசுலா செல்ல முடிவெடுத்திருந்தனர். விசா மற்றும் பயண ஆவனங்களை முன்கூட்டியே திட்டமிட்டு பெற்றனர். வெனிசுலாவுக்கு மட்டும் விசா கிடைக்கவில்லை; காரணம், விசாவுக்கான நேர்காணலில் சே தான் திரும்பி வரப்போவதில்லை அங்கேயே வேலைசெய்யப் போவதாகச் சொன்னதால் சிக்கல் ஏற்பட்டுவிட்டது.

முதலில் பொலிவியப் பயணம் ரயில் தொடங்கியது. ரயில் புறப்பட்டது. சகபயணியர்களோடு கலகலப்பானார்கள். பொலிவியாவில் சர்வாதிகாரத்தை எதிர்த்து தேசிய புரட்சி இயக்கம் [MNR - NATIONAL REVOLUTIONARY MOVEMENT] வெற்றி பெற்றிருந்தது. அங்கே செல்ல சேவை இதுவும் ஈர்த்திருக்கலாம். ரயில் அர்ஜென்டினாவின் கடைசி ரயில் நிலையமான லா குயிகாவை அடைந்தது. சே அந்த நேரத்தில் கடும் ஆஸ்த்துமாத் தாக்குதலுக்கு ஆளானான். பெரும்பாடுபட்டு அவனை ரயில் நிலையத்திலிருந்து இறக்கி சத்திரம் ஒன்றுக்குக் கொண்டு சென்றான் கலிகர். ஒரு நாள் ஓய்வுக்குப் பின்னர் பொலிவியாவுக்குப் புறப்பட்டனர். லில்லோஸினிருந்து லாபாஸை நோக்கி ரயில் சீட்டியடித்துக் கிளம்பியது. லாபாஸ் 6457 மீட்டர் உயரமுள்ள இலிமினி சிகரத்தில் பரந்து விரிந்திருந்தது. அமெரிக்காவின் ஷாங்காய் என்று வர்ணிக்கப்பட்ட நகரம். அங்கு நண்பர் நோகுவசி மற்றும் பிரைண்டா ஆகியோர் உதவியோடு தங்க, சுற்றிப்பார்க்க, பலரைச் சந்திக்க முடிந்தது. நகருக்கு வெளியே யுங்காஸுக்கும், 4500 மீ உயரமுள்ள லா கும்ப்ரேவுக்கும் சென்றுவந்தனர், முராட்டம் சிகரத்தில் பனி உறைந்த ஏரியைப் பார்த்தனர். பின்மலைகளின் மீதிருந்த உல்ப்பரம் என்கிற டங்க்ஸ்டன் சுரங்கத்தையும் பார்வையிட்டனர்.ஒருரோகடாவி சுரங்கப் பள்ளத்தாக்குகளை பார்வையிட்டனர். உலகின் பெரிய ஏரியான டிடிகாகா ஏரியை அதில் அமைந்துள்ள டெல் ஸோல் மற்றும் டிலா லூரானா தீவுகள், பாஹியா டி கோபகபன்னா என்ற அழகிய இடம். முக்கிய சுரங்கங்கள், விடுதிகள் என ஐந்து வாரங்கள் சேவும் கலிகரும் பொலிவியாவில் வெறுமே சுற்றுலாப்பயணியாய் உலாவரவில்லை. பண்பாட்டின் வேர்களைத் தேடினான் சே. சுரங்கத் தொழிலாளியின் வாழ்வின் துயரங்களை அறிந்து கொள்வதிலும் பெருவிருப்பம் காட்டினான்.

ஒரு பக்கம் நண்பர்களோடு உல்லாசம், மது சிலநேரங்களில் மாது என பொழுது கழிந்தது. தன் தாயாருக்கு சே எழுதியக் கடிதத்தில், இங்கு உனக்கு பேரக்குழந்தை கிடைக்கவும் வாய்ப்புண்டு என எழுதினான். இன்னொரு பக்கம் நிறைய அரசியல் விவாதங்கள் பலரோடு நடத்தினான்.

இங்கே சுரங்கத்தில் சே வேலை வேலை செய்தான், அரசியலில் தீவிரமானான் என்று சிலர் எழுதியுள்ளனர். மாற்றுக் கருத்தும் முன் வைக்கப்படுகிறது. அமெரிக்காவுக்கு உண்மையிலேயே முக்கியத்துவம் வாய்ந்த உதாரணத்தை தந்த நாடாகவே பொலியாவை சே பார்த்த போதும்; அந்தப் புரட்சியில் ஏதோ போதாமை இருப்பதையும் சே உணர்ந்தான். இது குறித்து ஜார்ஜ் கி காஸ்நாடா தன் நூலில் எழுதுகிறார்:

"பூர்விக மக்கள் மற்றும் சமூகம் சார்ந்த பிரச்சனைகளைப் பற்றி அவருடைய சேவுடையதொலைநோக்கு வாய்ந்த உள்ளுணர்வுகள் அவருடன் விவாதம் செய்த பலருடன் தீவிரமான கருத்து வேற்றுமைகள் ஏற்படக் காரணமாயின. இவற்றின் காரணமாகவும் நகரத்துத் தெருக்களிலும் நாட்டுப்புறங்களிலும் தினமும் கண்ட இழிவான செயல்களின் உணர்வூர்வமான எதிர்வினையாகவும் அவர் அதிகமான அளவுக்குச் சந்தேகம் கொண்டவராகவும் சமரசத்திற்கு இடந்தராதவராகவும் வளர்ந்து வந்தார். 1952 ஆம் ஆண்டில் பொலியாவில் நடைபெற்ற புரட்சியின் வரம்புக்குப்பட்ட, ஆனால் உண்மையான வெற்றிகளை அவர் காணத்தவறினார்." அங்கு விவசாயத்தில் எற்பட்ட சீர்திருத்தங்களை பாராட்டியபோதும் ஏதோஅவனை உறுத்தியது போலும். ஆகவேதான், "அனைவரிடமும் காணப்பட்ட மந்தத்தனமும் உற்சாகமின்மையும் அந்தப் புரட்சியின் உயிராற்றலை வீணாக்கிவிட்டதாகக் கருதினான். அப்படியே எழுதவும் செய்தான். எப்படியோ பொலிவிய மண் அவனுள் ஏதோ ஒரு வகையில் அரசியலில் புதிய சிந்தனையை உசுப்பிவிட்டன எனில் மிகை அல்ல.

வெப்ப மண்டலப் பகுதியான லாஸ் யுங்காசுக்கு சென்றிருந்தாலும் 14 வருடங்களுக்குப் பிறகு எங்கு புதைக்கப்பட்டாரோ அந்த பள்ளத் தாக்குகளையும் சிகரங்களையும் முழுதாய் இப்போது பார்க்கவில்லை. அவர்களின் கால்களும் இதயமும் பெருவுக்கு ஓடத்துவங்கின.

பெரு நாடு ஜெனரல் ஒட்டிரியாவின் சர்வாதிகாரத்தில் இருந்தது. சிவப்பு சிந்தனையைக் கண்டு மிரண்டது.. எனவே பெரு எல்லை சோதனைச் சாவடியில் சேவிடமிருந்த "சோவியத் யூனியன் மனிதன்" மற்றும் பொலிவிய விவசாய அமைச்சகம் வெளியிட்ட புத்தகம் என இரண்டையும் பறிமுதல் செய்த பின்னரே அனுமதித்தனர்.

ஏற்கெனவே மச்சு பிக்கு பண்பாடில் மனதைப் பறிகொடுத்த சே; தன் பழைய பயணச்சுவடுகளையே பின்பற்றினான். புனோவிலிருந்து குஸ்கோவிற்கு இரண்டாம் வகுப்பில் பயணம் செய்யவே விரும்பினார். ஆனால் உளவுத்துறை போலிஸாரின் தேவைகளுக்காக முதல்வகுப்பில் பயணம் செய்தனர். மச்சு பிக்குவில் சுற்றி திரிந்து மீண்டும் மூழ்கித்திழைத்து விட்டு கலிகருடன் சே மீண்டும் லீமா தொழுநோய் இல்லம் சென்று; சேவின் முதல் பயணத்தில் சந்தித்த அனைவரையும் காலிகருடன் சந்தித்தான். பழைய நோயாளிகள் அன்பை மீண்டும் பெற்றான். சேவும் கலிகரும் இங்கு தங்கி இருந்த போது விலைமாதரிடம் இன்பம் துய்த்தனர். பெருவில் நிலவிய ராணுவக் கெடுபிடி இருவருக்குமே எரிச்சலைத் தந்தது.

ஆகுவஸ் வெர்டோஸ் நகரில் பெரு ஈகுவடார் எல்லையில் அமைந்த ஒரு பாலத்தைக் கடந்து ஹௌவாஸ் விலாஸ் எனும் நகரை அடைந்தனர். பணமுடை நெட்டித்தள்ள. எதிர்பார்த்த நண்பர்களையும் சந்திக்க முடியாமல் சாண்டா மார்த்தாவிற்கு போனார்கள், அங்கிருந்து கயாகுவிலுக்கு நதியிலும் கடலிலும் பயணித்தனர். வழியில் வேறு சில நண்பர்களும் இணைய, நால்வர் குழுவானது. பின் கயாகுவிலிருந்து பனாமாவுக்கு கடலில் செல்லக் காத்திருந்தபோது அறுவரணியானது. அங்கே கால்பந்தாட்டக் குழுவில் இணைந்து ஆடினர். மறுபுறம் கேமரா, உடை எல்லாவற்றையும் அடகு வைத்தாகிவிட்டது.

"நீ போய் குயிடோவில் எப்படி இருக்கிறது என்று பார்த்து எழுது. படகு எதுவும் கிடைக்காவிடில் நானும் வருகிறேன். இல்லையெனில் நாம் பிறகு சந்திப்போம். இருவரும் தொடர்பில் இருப்பது அவசியம்" இதுதான் சே கடைசியாக கலிகரைப் பிரிந்து செல்லும் போது சொன்னவை. அதன் பிற்கு வரலாறே மாறிப் போனது.

காலிகர் வெனிசுலாவில் இருந்த ஆல்பர்டோ மற்றும் அவர் நண்பர்கள் உதவியுடன் குயிட்டோ விலே சிறிது காலம் தங்கி இருந்துவிட்டு பின்னர் வெனிசுலாவில் காரகாஸ் சென்று அங்கே டாக்டராகப் பணிபுரியத் தொடங்கிவிட்டான்.

இது பற்றி சேவின் மரணத்துகுப் பின் காலிகர் எழுதினார், "பின்னாளில் வாழ்க்கைப் பாதையின் வேகத்தை உணரத்துவங்கினேன். அந்தக் கப்பல் வராமல், அவன் ஒரு வேளை என்னை காரகாஸில் சந்தித்திருந்தால் ஒரு வேளை இந்த உலகிற்கு சே கிடைக்காமலே போயிருப்பான். எங்கள் பாதைகள் பூகோள ரீதியாகப் பிரிந்த இரண்டு பாதைகளன்று; அவை இரு வேறுவிதமான வாழ்க்கை விருப்புகள். ஒன்று மகத்தான அரசியல் பாதை. மற்றது வாழ்வின் பொருளாதார வசதிகளை அளிக்கும் வேலைக்கான பாதை.. தவிர்க்க முடியாத மோசமான இகலோக வாழ்க்கை.. அந்த காலகட்டத்தில் இத்தனை தெளிவு எனக்கில்லை"

சே என்ன ஆனான்? சிறிய வியாபாரப் படகில் பனாமா சென்று தன் பயணத்தில் இணைந்த கார்ஸியாவுடன் கால்நடையாகவே கோஸ்டாரிகா சென்று ரயில்மூலம் நிகாரகுவா எல்லையை அடைந்து, அர்ஜென்டினர் சிலர் உதவியோடு குவாதமால சென்றான் சே. கோஸ்டோரிகாவில் சே இருந்த போது காலிக்ஸ்டோ கார்ஷியாவையும், ஸெவரினோ ராஸ்ஸலையும் சந்தித்தனர். இருவரும் கியூபர்கள். இவர்கள் 1953 ஜூலை 26 கியூபாவின் சாண்டியாகோவின் கிழக்குப் பகுதியில் மான்காடா

தாக்குதலில் தப்பிவந்தவர்கள். அவர்கள் ஃபிடல் காஸ்ட்ரோ குறித்து கதை கதையாய் சொல்லி ஒரு ஈர்ப்பை ஏற்படுத்தினர்.

1953 புத்தாண்டு தினத்திற்கு முன்தினம் குவாதமாலா வந்த சே, அங்கே எட்டரை மாதங்கள் தங்கியிருந்தார். மருத்துவராக, செவிலியராக வேலைபார்த்தார். இன்னும் பலநாடுகளுக்குப் போவது கனவாகக் கொண்டிருந்தார். 1954 ஜுன் மாதம் ஜேக்கபோ அர்பென்ஸின் ஆட்சியைத் தூக்கி எறிந்த இராணுவப் புரட்சிக்கு பின் அர்ஜென்டினா தூதரகத்தில் தஞ்சம் புகுந்தார்.

குவாதமாலாவில் இருந்தபோது கடும் ஆஸ்த்துமாத் தாக்குதலால் அவதிப்பட்டிருந்தார். மனம் உடைந்திருந்தார். நண்பர்கள் மூலம் அறிமுகமான ஹில்டாவின் கருணைப் பார்வையும் உதவியும் அவர்கள் நெருக்கத்தை அதிகரித்தது. மூன்று வயது முதத்தவரான ஹில்டாவின் அன்புள்ளம் அவரை ஈர்த்தது.

இதில் காதலைவிட கருத்தியல்களே அதிகம் பங்கு வகித்தன. மார்க்சியம் உள்ளிட்டவற்றில் ஈடுபாடு மிக்கவர் ஹில்டா. குவாதமாலாவில் அரசியல் கொந்தளிப்பான காலகட்டத்தில்தான் கியூபா, அர்ஜென்டினா உள்ளிட்ட பலநாடுகளில் இருந்து வந்த இடதுசாரிச் சிந்தனையாளர்களுடன் நட்பும் அரசியல் விவாதமும் ஏற்பட்டன, 1954ல் தாய்க்கு எழுதிய கடிதத்தில் ஹில்டாவைப் பற்றி சே குறிப்பிட்டான். "ஒரு விருந்தின்போதுதான் தனது காதலை ஹில்டா தெரிவித்தாள். அவள் கருவுற்றதை அறிவித்த பின்னரே 1955 ஆகஸ்ட் 18 அன்று டெபோச்ஸாட்லானில் திருமணம் செய்து கொண்டோம்."

யுனைட்டெட் ஃப்ரூட் கம்பெனி நலனைக் காக்கவும் பிஜிடி எனப்படும் கம்யூனிஸ்ட் கட்சி சிறியதாக இருப்பினும் ஜெக்கபோ அர்பென்ஸின் தலைமையிலான கட்சியின் ஆட்சியை இராணுவபுரட்சி மூலம் வாஷிங்டன் கவிழ்த்தது. சேவின் உள்ளத்தில் ஏகாதிபத்திய எதிர்ப்பு கனன்றது.

குவாதமாலா புரட்சி தோற்கடிக்கப்பட்டு அமெரிக்க சிஐஏ பின்புலத்தில் இராணுவ கலகம் வெற்றிபெற்றது சே வை வருத்தியது. அந்த வாழைப்பழ தேசத்துக்காகக் கண்ணீர் விட்டான். மக்களிடம் உண்மை தெரிவிக்கப்பட்டு. அவர்களிடம் ஆயுதம் வழங்கப் பட்டிருந்தால் புரட்சி காப்பற்றப் பட்டிருக்கும் என அவன் நம்பினான். தலைநகர் விழுந்தாலும்கூட கிராமப்புறங்களில் போராட்டம் தொடர்ந்து நடைபெற்றிருக்கும் என நம்பினான். இதற்குப் பொருத்தமான மலைப் பகுதிகளும் உள்ளன என்பது அவன் கருத்து. கெரில்லா யுத்தம் பற்றி அப்போது அவனுக்கு எதுவும் தெரியாது எனினும், அவனுள் அப்படி ஒரு சிந்தனை முளைவிட்டது.

அவர் மனைவி ஹில்டா கூறுகிறார், "சோவியத் சாதனைகளின் மீது சேவுக்கு பெரும் ஈடுப்பாடு ஏற்பட்டது; எனக்குத் தயக்கம் இருந்தது" சே உலகில் ஏதாவது ஒரு கம்யூனிஸ்ட் கட்சியில் இணைவேன் எனச் சொல்லிக்கொண்டிருந்த போதும்; அர்ஜென்டினத் தூதரகத்தில் தங்கி இருக்கும் போது உருவான ரகசிய கம்யூனிஸ்ட் கிளையில் சே இணையவில்லை. சேவிடம் மார்க்சியப் பிடிப்பும் ஞானமும் போர்க்குணமும் அப்போது குறைவாகவே இருந்ததாக ரோலண்டோ மோரான் என்பவர் பிஜிடி கட்சியைச் சார்ந்தவர் கூறுகிறார். ஹில்டா கைது செய்யப்பட்டுச் சிறையில் அடைக்கப்பட்டார்.

நிலைமை கொஞ்சம் சீர்பட்டதும் சே ஹில்டாவைச் சிறையில் சந்தித்தார். மீண்டும் மெக்சிக்கோவில் சந்திப்பதெனப் பேசிப் பிரிந்தனர்.

உளூழலின் உலகத் தலைநகராகக் கருதப்பட்ட மெக்சிகோவுக்கு செட்டம்பர் மத்தியில் வந்து சேர்ந்தார். குவாதமாலவிலிருந்து ரயிலில் அவருடன் இணைந்த நண்பரும் சேவும் இணைந்து புகைப்படக் கருவி ஒன்றை வாங்கி சுற்றுலாப் பயணிகளைப் படமெடுத்து காசு சம்பாதித்தனர். ஒரு மருத்துவமனையில் ஒவ்வாமை ஆய்வாளராகவும் சே பணியாற்றினான். அர்ஜெண்டினா செய்தி நிறுவனத்தில் விளையாட்டுப் புகைப்படக்காரராக சேர்ந்தார். ஐரோப்பியப் பல்கலை ஒன்றில் பட்டமேற்படிப்பு படிக்க முயற்சி மேற்கொள்ளவும் செய்தார். குவாதமாலவிலிருந்தபோது தாய்க்கு எழுதிய கடிதத்தில் இனி உங்களிடம் காசு கேட்கமாட்டேன் என உறுதி கூறினான். சலிப்பான வாழ்க்கையை உடைத்தெறிந்து வெடிகுண்டுகள், வீரமான சொற்பொழிவுகளில் தன் மனம் பெரிதும் ஈர்க்கப்படுவதாக அக்கடிதத்தில் சே கூறியிருந்தான்.

ஹில்டா மிக்சிக்கோ வந்து அடிக்கடி சந்தித்தாள். அவள் கருவுற்றதை அறிவித்த பின்னரே 1955 ஆகஸ்ட் 18 அன்று டெபோச்ஸாட்லானில் திருமணம் செய்து கொண்டார். போர்ட்டோ ரிகா தேசியவாதியின் மனைவியான லாரா டி அல்பீஸீ காம்போஸ் மற்றும் பெரு, கியூபா என பலநாட்டுப் போராளிகளோடு ஹில்டா மூலம் தொடர்பு கிடைத்தது.

மெக்சிகோவைப் பற்றி சேவின் மனப்பதிவுகள் கசப்பு மிக்கவையே :

"மெக்சிகோ முழுவதும் அமெரிக்கர்களுக்கு கொடுக்கப்பட்டுவிட்டது..பத்திரிகைகள் எதையும் சொல்வதில்லை பொருளாதார நிலைமை பயங்கரமாக இருக்கிறது."இப்படி எந்த நம்பிக்கையும் அளிக்காத போக்கே அங்கு நிலவியது. எனினும் மெக்சிக்கோவில் பல புரட்யாளர்களுடனான சந்திப்பு சே வை செதுக்கத் தொடங்கியது.

ஒரு நாள், மருத்துவமனையில் நிகோ லோபஸை தற்செயலாகச் சந்தித்தான் சே. அந்த கியூபர் அகதியாக கால்நடையாகவே இங்கு வந்து சேர்ந்தவர். அவரோடு வழக்கம் போல் உரையாடலில் சே ஈடுபட்டான். அவர்மூலம் அப்போதுதான் ஹவனா சிறையிலிருந்து விடுதலை செய்யப்பட்டு அங்கு வந்து சேர்ந்தார் ரால் காஸ்ட்ரோ. சே அவரைச் சந்திக்க நிகோ லோபஸ் வாய்ப்பு ஏற்படுத்திக் கொடுத்தார். சில நாட்களுக்கு பிறகு ரால் காஸ்ட்ரோவின் சகோதரர் ஃபிடல் காஸ்ட்ரோ மெக்சிக்கோ வந்து சேர்ந்தார். ஃபிடலைச் சந்திக்க சேவுக்கு ரால் சந்தர்ப்பம் உருவாக்கித் தந்தார். இந்தச் சந்திப்பு சேவின் வாழ்க்கையையும் வரலாற்றையும் புரட்டிப் போட்டது. எர்ன்ஸ்டோ குவேரா டி லா ஸெர்னா என்ற இயற்பெயர் மறைந்து

"சே"என்கிற செல்லப் பெயர் இயல்பாக முகிழ்த்தது இப்போதுதான். அர்ஜெண்டினன் என்பதை மறைமுகமாகச் சுட்டும் பெயரே அது. ஆனால் அப்பெயர் உலகெங்கும் உச்சரிக்கும் பெயராகிவிட்டது.

...

ஃபிடலோடு நடந்த சந்திப்பு குறித்து பின்னர் சே எழுதினான்;

"ஒரு குளிர் நிறைந்த மெக்ஸிக இரவில் நான் அவரை ஃபிடல் காஸ்ட்ரோ சந்தித்தேன். உலக அரசியலைப் பற்றி நாங்கள் முதலில் விவாதித்தது நினைவிருக்கிறது. சில மணி நேரத்திற்குப் பிறகு விடிந்துவிட்ட சமயத்தில், நான் எதிர்காலப் பயணத்தைப் பற்றி முடிவெடுத்துவிட்டேன். உண்மையில் லத்தின் அமெரிக்கா முழுவதும் பயணம் செய்த அனுபவம் எனக்கு இருந்ததாலும்; ஒரு கொடுங்கோலனுக்கு எதிரான எந்த ஒரு புரட்சியிலும் என்னை இணைத்துக் கொள்வதைப் பற்றிப் பேசுவது கடினமாக இருக்கவில்லை. ஆனால் எனக்கு ஃபிடல் அசாதாரண மனிதராகக் காட்சி அளித்தார். மிகவும் சாத்தியமற்ற விஷயங்களையும் அவர் எதிர்கொண்டார்; அவற்றுக்குத் தீர்வு கண்டார். அவருடைய நம்பிக்கையை நான் பகிர்ந்து கொண்டேன். ஏராளமானப் பணிகளைச் செய்ய வேண்டியிருந்தது; ஏராளமான போராட்டங்களை நடத்தவேண்டி இருந்தது. நாங்கள் கண்ணீர் சிந்துவதை நிறுத்திவிட்டுப் போராட்டத்தைத் தொடங்க வேண்டியிருந்தது."

ஆம், சொந்த நாட்டுக்குத் திரும்பாத புரட்சிப் பயணம் அந்த நொடியே துவங்கிவிட்டது. கட்டிய மனைவியையும் அன்புக் குழந்தையையும்கூட துறந்து செல்லும் படி அவனது புரட்சிகர ஆர்வம் கொளுந்துவிட்டெரிந்தது

6

மரணத்தோடு விளையாடி..

வில் துராண்ட்டின் 'தத்துவத்தின் கதை' மற்றும் ப்ரெஸ்ட், ஹெமிங்வே,ஃபாக்னர், கிரஹாம் கிரீன்,சார்த்தர் ஆகியோரின் படைப்புகள், மில்ட்டன், நெருதா,கொங்கோரா, ஆகியோரின் கவிதைகள் என சே கேட்ட நூல்களின் பட்டியல் நீளும். பயணத்திலோ, ஓய்விலிருக்கும் போதோ கேட்ட தல்ல அவை;கெரில்லா போர்க்களத்தில் நிற்கும் போது தன் சக தோழர்களிடம் கேட்டது; துப்பாக்கி ஒரு கையில் இன்னொரு கையில் புத்தகம் என்பது சேவின் வழக்கம்.

இவை உளவுத்துறை சேகரித்த தகவல்களில் காணப்படும் ஒரு சேதி. ஆயுதத்தையும் புத்தகத்தையும் ஒரு சேரக் காதலித்தவன் சே.

டைம் பத்திரிகை பிறிதொரு சந்தர்ப்பத்தில் சேவை அட்டைப்படத்தில் பொறித்து வெளியிட்டக் கட்டுரையில்; புரட்சியின் ' மூளை' என சேவையும், புரட்சியின் 'இதயம்' என பிடல் காஸ்ட்ரோவையும் புரட்சியின் 'கரங்கள்' என ரால் காஸ்ட்ரோவையும் வர்ணித்தது.

அந்தப் புரட்சி என்பது 1959 ஜனவரி1 கியூபாளனும் அந்த குட்டி லத்தீன் அமெரிக்கநாடு சர்வாதிகார பாடிஸ்டா ஆட்சிக்கு இறுதி மரணஅடி கொடுத்த நாள். ஆனால் புரட்சி அதற்கு 2340 நாட்களுக்கு முன்னரே அதாவது, சற்றேறக்குறைய ஆறரைவருடம்முன்பே 1953 ஜூலை 26 ஆம்நாள் தொடங்கியது. ஆம். அன்றுதான் பிடல் காஸ்ட்ரோ தலைமையில் ஆயுதம் தாங்கிய இளைஞர்கள் புரட்சிக்குழுவினர் சாந்தியாவோடி. கியூபாவில் மன்கடா ராணுவ நிலையத்தைப் புயலாகத் தாக்கினார்கள்.

சுமார் 160 பேர் இக்குழுவில் இடம்பெற்றிருந்தனர். இத்தாக்குதலில் அங்கேயே ஐந்து பேர் கொல்லப்பட்டனர். 65 பேர் ராணுவ சர்வாதிகாரி பாடிஸ்டாவால் கைது செய்யப்பட்டுக் கொல்லப்பட்டனர். இரண்டாம் நிலைத் தளபதியாக இருந்த அபெல்சாண்டமரியாவும் தூக்கிலிடப்பட்டார். பிடல் காஸ்ட்ரோவும், ரால்காஸ்ட்ரோவும் கொடுஞ்சிறைக்குள் அடைக்கப்பட்டனர். விசாரணையின் போது நீதிமன்றக் கூண்டையே மேடையாக்கி காஸ்ட்ரோ இடிமுழக்கம்

செய்தார். கியூபா அடிமைப்பட்ட கதையை, ஸ்பானிய அமெரிக்க நுகத்தடிகளை இனியும் சுமக்க கியூபர்கள் தயார் இல்லை என்பதை கியூபர்கள் விரும்புகிற சுதந்திரத்தின் உண்மையான பொருள் என்ன என்பதை மிக விரிவாக வரலாறு, தத்துவம், வாழ்க்கை ஆகிய மூன்றையும் குழைத்து அவர் பேசியபோது நீதிமன்றம் மிரண்டது. ஆயினும் சர்வாதிகார நீதிமன்றம் காஸ்ட்ரோவுக்கும், ராலுக்கும் முறையே 15 ஆண்டுகள், 13 ஆண்டுகள் கடும் சிறைத்தண்டனை விதித்தது.

"வரலாறு என்னை விடுதலை செய்யும்" என முழக்கமிட்ட காஸ்ட்ரோவின் நீதிமன்ற உரை அதே பெயரில் புத்தகமாக வெளிவந்துள்ளது. இன்று அதை நாம் படித்தாலும் ரத்தம் சூடேறும். சிந்தனை கூர்மையாகும். கியூபதேசம் முழுவதும் கொதித்தெழுந்தது. உலகெங்கும் இச்செய்தி பெருநெருப்பானது. ஏகாதிபத்தியம் தர்மசங்கடத்தில் நெளிந்தது. உலக நிர்ப்பந்தம் நாளுக்குநாள் அதிகரித்தது. வேறுவழியின்றி சர்வாதிகாரி பாடிஸ்டாவுக்கு சிறைக் கைதிகளை விடுதலை செய்ய வேண்டிய அரசியல் கட்டாயம் ஏற்பட்டது. காஸ்ட்ரோவும் அவர் தம்பியும் விடுதலை செய்யப்பட்டனர். அதோடு நாடு கடத்தப்பட்டனர். அவர் மெக்ஸிகோ நாட்டிற்குச் சென்றார். அங்குதான் சேகுவேராவைச் சந்தித்தார். அங்குதான் புரட்சிகரப் பயிற்சிகளை மேற்கொண்டார். அவர்கள் நெஞ்சில் லத்தீன் அமெரிக்கா அடிமைப்பட்ட சோகம் முள்ளாய் உறுத்திக்கொண்டிருந்தது. அதனை மாற்றிட தம்முன்னோடிகள் சைமன் பொலிவார், ஹொஸேமார்த்தி ஆகியோரின் மாபெரும் போராட்டம் இவர்களுக்கு உந்துசக்தியாகின.

"கற்களை வைத்திருக்கின்ற கூடையைக் காட்டிலும், கருத்துகளை வைத்திருக்கும் கூடை அதிகப்பயனுள்ளது" என்பார் ஹொஸேமார்த்தி; அவர் கவிதை, கட்டுரை, கதை என எழுத்தாயுதம் ஏந்தி கியூபர்கள் ரத்தத்தில் சுதந்திர தாகத்தை மூட்டினார்.

"சுதந்திரத்தின் விலை அதிகம். அது இல்லாமல் வாழ்வதற்கு நாம் உடன்பட வேண்டும் அல்லது அதிகவிலை கொடுத்து வாங்க வேண்டும்" என்றார். ஏகாதிபத்தியங்கள் லத்தீன் அமெரிக்க நாடுகளைச் சூறையாடியும்; அங்குள்ள பழங்குடியினரைக் கொன்று குவித்தும்; அடிமையாக்கியும் அவர்கள் ரத்தத்திலும் வியர்வையிலும் செல்வம் குவித்தது. இந்த ஏகாதிபத்தியத்தை முறியடிக்காமல் கியூபா சுதந்திரக் காற்றை சுவாசிக்க முடியாது என்கிற முடிவோடு படை திரட்டிப்போராடியவர் மார்த்தி.

ஸ்பெயின் ஆதிக்கம் முறியடிக்கப்பட்ட போது மார்த்தி திருப்தி அடையவில்லை. ஏனெனில், அமெரிக்கக் கழுகு லத்தீன்

அமெரிக்க நாடுகளைக் கபளீகரம் செய்ய வட்டமடித்ததை தொலை நோக்கோடு கண்டுணர்ந்து கியூப மக்களுக்கு எச்சரித்தவர். இந்த மாபெரும் சிந்தனையாளர் புரட்சிவாதி ஹொஸேமார்த்தி மற்றும் சைமன்பொலிவாரின் அடிச்சுவட்டில் காஸ்ட்ரோ, சேகுவேரா பயணம் தொடர்ந்தது. அதற்கும் மேலாக மார்க்ஸ், ஏங்கெல்ஸ் தத்துவ வெளிச்சம் இவர்கள் கையில் கலங்கரை விளக்கமாயின. "ஒரு மனிதனை விலைக்கு வாங்கிவிடலாம்; ஆனால் மக்களை ஒரு போதும் விலைக்கு வாங்கிவிட முடியாது" என்கிற அசைக்க முடியாத நம்பிக்கையோடு மக்களிடம் பேசினார். குறிப்பாக இளைஞர்களைத் திரட்டுவதில் காஸ்ட்ரோ அதிகஆர்வம் காட்டினார்.

18 ஆம் நூற்றாண்டின் தொடக்கத்தில் ஜான் குவின்சி ஆடம்ஸ் என்ற அமெரிக்கத் தலைவர் கூறினாராம் "ஸ்பானிய மரத்திலிருந்து உதிரும் இந்த ஆப்பிள், அமெரிக்காவின் கையில் விழும் என்று முன்கூட்டியே விதிக்கப்பட்டு விட்டது" ஆம். அமெரிக்க ஏகாதிபத்தியம் சதிவலைகள் மூலம் லத்தீன் அமெரிக்கா முழுவதையும் தங்கள் லாடவேட்டைக் காடாக்க நெடுங்காலமாக சதிசெய்வதை சே விவரிக்கிறார்; "ஏகாதிபத்திய அலையின் ஏற்றமும் இறக்கமும் ஜனநாயக அரசுகள் வீழ்த்தப்படும் போதும், அடக்கமுடியாத மக்களின் போராட்டத்தின் விளைவாக மறுபடி புதிய அரசுகள் எழும்போதும் ஏற்படுகிறது. இந்தத் தன்மைகளையே லத்தீன் அமெரிக்க வரலாறு நெடுகக் காணலாம். சர்வாதிகார ஆட்சிகள் மிகமிக சிறுபகுதியினரின் பிரதிநிதிகளாக உள்ளன. ஆட்சிக் கவிழ்ப்பு சதிகளின் மூலம் அதிகாரத்துக்கு வருகின்றன. பரந்த மக்கள் ஆதரவைக் கொண்ட ஜனநாயக அரசுகள் எழுகின்றன. ஆயினும் இச்சக்திகள் அதிகாரத்திற்கு வருவதற்கு முன்பே தங்களது பலத்தை நிலைநிறுத்திக்கொள்ளும் பொருட்டு சில்லறைச் சலுகைகளுக்கு கட்டுப்பட்டுக்கிடக்க வேண்டிய கட்டாயம் ஏற்படுகிறது. அந்த வகையில் பார்த்தால் கியூபப் புரட்சி ஒரு விதிவிலக்கு. எனினும் வளர்ச்சியின் ஆரம்ப நிலையைச் சுட்டிக்காட்டுவது அவசியமாகிறது'.

இதுபற்றி பின்னர் ஒரு முறை இளங்கம்யூனிஸ்ட் கழகத்தில் பேசும் போது காஸ்ட்ரோ குறிப்பிட்டார்; "நமது புரட்சி தோன்றிய காலத்திலிருந்து புரட்சியும் இளைஞர்களும் இரட்டைக் குழந்தைகள் போல ஒட்டிக்கொண்டிருக்கிறார்கள். இப்படி ஒரு வலிமையான பிணைப்பை உலகத்தில் வேறு எந்த நாட்டிலாவது நீங்கள் பார்க்க முடியுமா? கியூபாவின் புரட்சி நாள்தோறும் புதிதாக பிறக்கிறது. ஏனென்றால், நமது கருத்துகள், இலட்சியங்கள், நீதி ஆகியவை பூமியிலுள்ள பலகோடிமக்களுடைய கோரிக்கைகளாகும்."

ஆம். ஜூலை 26 இயக்கத்தைத் தொடங்கும் போது காஸ்ட்ரோவின் வயது 25; அதன்பின் கிரான்மாகப்பலில் சேகுவேராவுடன் புறப்படும் போது சேவின் வயது 28; இன்றும் இளைஞர்களின் புரட்சிநாயகர்களாக இவர்களன்றோ திகழ்கின்றனர். ஜூலை 26 புரட்சி தோற்றதால் காஸ்ட்ரோ சோர்வடையவில்லை; மாறாக படிப்பினைகளைக் கற்றறிந்தார். மெக்ஸிகோவில் பயிற்சிபெற்றார். சேவும் அவர்களோடு இணைந்தார், பயிற்சி எளிமையாக இருக்க வில்லை.

1956 ஆம் ஆண்டு ஏப்ரல் மாதம் மெக்ஸிகோவிலிருந்து 50 மைல் தொலைவிலுள்ள சால்கோ எனுமிடத்தில் ஸாண்டா ரோஸா கால்நடைப் பண்ணையை விலைக்கு வாங்கினர். ஸ்பானியக் குடியரசுப் படையின் முன்னாள் அதிகாரியான ஆல்பெர்ட்டோ பாயோவின் வழிகாட்டுதலின் கீழ் பயிற்சிகள் தொடர்ந்தன. சே இங்கு எப்படிப்பட்ட பயிற்சி பெற்றார் என்பதை பாயோ குறிப்பிடுகிறார்; "சே தான் வகுப்பிலேயே முதல் மாணவன்.. சிறந்த மாணவன்,,,,, அவர் கிட்டதட்ட 20 தினசரி வகுப்புகளில் பங்கேற்றார்.. கிட்டத்தட்ட 650 தோட்டாக்களை வெடித்தார்.. எல்லா பயிற்சியிலும் உயர்ந்த மதிப்பெண்ணாகிய 10 ஐப் பெற்றார். மிகச்சிறந்த தலைமைப் பண்புகள் பெற்றிருந்தார். ஆணைகளைப் புரிந்து.. கொள்வதிலும்.. அடிக்கடி சிரிப்பதன் மூலமும் சிறிய சிறிய தவறுகளும் செய்தார்.. நீண்ட நடைப்பயிற்சி உடற்பயிற்சி இவற்றின் மூலம் ஆரோக்கியத்தைப் பேணமுயன்றார்.. எனினும் ஆஸ்த்துமா அவ்வப்போது தொந்தரவு செய்தது."

அதுகுறித்து எர்னஸ்டோ சேகுவேரா விரிவாகப் பதிவு செய்திருக்கிறார். கியுபப்புரட்சி என்பது திடீர் நிகழ்வல்ல. வரலாற்றில் தொடரும் போர் என்பதை அழுத்தமாகக் குறிப்பிட்டுள்ளார். காஸ்ட்ரோ இளைஞர்களைத் திரட்டினார். கிரான்மா என்ற சிறிய கப்பலில் 1956ல் மீண்டும் புரட்சியைத் துவங்க புறப்பட்டனர்.

நவம்பர் 25 ஆம் நாள் இரவில் மங்கலான விளக்குகளுடனும் வலுவிழந்த மோட்டார்களுடனும் காஸ்ட்ரோ, ரால், சே உள்ளிட்ட எண்பத்திஇரண்டு போராளிகளுடனும் கிரான்மா எனும் கப்பல் மெக்ஸிகோவிலுள்ள டுக்ஸ்பானிலிருந்து புறப்பட்டது. சே லெப்டினெண்ட் அந்தஸ்த்தில் ஒரு மருத்துவ அதிகாரியாகவே பங்கேற்றார்.

நவம்பர் 30 ஆம் நாள் ஸாண்டியாகோவில் ஃப்ராங் பெய்ஸின் தலைமையிலான 'ஜூலை 26 இயக்கம்' முன்கூட்டியே ஒருங்கிணைப்பாக திட்டமிட்டபடி மக்கள் எழுச்சியைத் துவங்கியது. அதே நாளில் கியுபாவின் ஓரியண்ட மாகாணத்தில் நிக்குவெரா

எனும் இடத்தில் கிரான்மா நங்கூரம் பாய்ச்ச வேண்டும் என்பது திட்டம். தவிர்க்க இயலாத இயந்திரக் கோளாறு காரணமாக 1956 டிசம்பர் 2 ஆம்நாள் அதிகாலையில் நிக்குவெராவுக்கு வெகுதொலைவில் மங்குரோவ் காடுகள் எனப்படும் அலையாட்டிக் காடுகள் [பிச்சாவரம் போல்] சூழந்த பிளேயாடிலாகொலொரா கடற்கரை ஓரம் லாஸ் கேலாஸ் எனுமிடத்தில் கியுபமண்ணில் கரையிறங்கினார்கள்.

ஆனால் பாடிஸ்டா ராணுவம் மோப்பம் பிடித்து விட்டது. சதுப்பு நிலக்காடுகளில் இறங்கி வெடிமருந்துகளையும் ஆயுதங்களையும் சுமந்தவாறு இளம்புரட்சியாளர்கள் பதுங்கிப் பதுங்கி ஊடுருவினர். தாக்குதல் தொடர்ந்தது. ராணுவம் துப்பாக்கியால் சுட்டுக்கொண்டே இருந்தது. "இரத்தம் கொட்டும் சண்டையில் முதல் ஞானஸ்தானம்" என சே வருணிக்கும் சம்பவம் நிகழ்ந்தது. சே குண்டடி பட்டார். தாக்குதலைத் தாக்குப் பிடிக்க முடியாமல் புரட்சிக்குழு காட்டுக்குள் கரும்புத்தோட்டங்களுக்குள் நாலா புறமும் சிதறி ஓடவேண்டிவந்தது. நாட்கள் நகர்ந்தன. அடர்ந்த காட்டில் அந்தச் சண்டையில் இறந்தது போக மீதமிருந்தவர்கள் மீண்டும் கூடினர். மேலும் புதியவர்களும் வந்தார்கள். சர்வாதிகார ஆட்சியில் வாழ்விழந்து நின்ற விவசாயிகள் பலர் இவர்களுடன் சேர்ந்தனர். 45 நாட்களுக்குப் பின் லாபிளாட்டா என்ற இடத்தைத் தாக்கியது புரட்சிக்குழு. ஒரு ராணுவ நிலையத்தைக் கைப்பற்றி அங்கிருந்த ஆயுதங்களை எடுத்துக் கொண்டதும் நம்பிக்கை மேலும் வலுத்தது. படிப்படியாக புரட்சிக் குழு முன்னேறியது.

1957 மே 28 ஆம்நாள் கடலுக்கு அருகில் செங்குத்தாக கீழே இறங்கும் உவேரா என்ற இடத்தில் ராணுவ முகாமைக் கைப்பற்றியது புரட்சிக்குழு. புதிதுபுதிதாக இளைஞர்கள் வந்தனர். விவசாயிகள் தொழிலாளிகளின் ஆதரவுக்கரம் நீண்டது. தொழிற்சாலைகள் கைமாறின. அரசியல் செல்வாக்கு அதிகரித்தது. எங்கும் மக்கள் புரட்சிக்குழுவின் வருகையை எதிர்பார்த்தனர். ஏறத்தாழ இவ்வாறு 760 நாட்கள் காடு, மேடு, தோட்டம், வயல்வெளி எனத் திரிந்தும், பதுங்கியும், தாக்கியும், உயிர்ப்பலிகொடுத்தும், கொரில்லாயுத்தம்நடத்தினர். கிராமம்கிராமமாக; நகரம்நகரமாக; தொழிற்சாலைகள், இராணுவ முகாம்கள் என ஒவ்வொன்றாக புரட்சிக்காரர்கள் வசமாயின. சர்வாதிகாரி பாடிஸ்டா தோல்வி மேல் தோல்வியை சுவைத்தான். இறுதியில் அவன் தப்பிஓடினான்.

இந்தப் போரில் மருத்துவ அதிகாரியாக பங்கேற்ற சே கிராமங்களில் மருத்துவ உதவி செய்வது, விவசாயிகளைத் திரட்டுவது என்கிற பணியோடு ராணுவரீதியான தாக்குதல்

நடவடிக்கைகளிலும் ஆர்வம்காட்டலானார். ஸியாராவில் முதல் முயற்சியைத் தொடங்கினார். 1957 மே 28 ல் யுவேரா யுத்தத்தீலும் பங்கேற்றார். சே வின் வீரம் ஆற்றல் காரணமாக ஜூலை 21 ஆம் நாள் ' கமாண்டண்ட்' டாக பதவி உயர்வு பெற்றார். போர்க்களத்தில் ' போய்ப் போரிடுங்கள்' எனக் கட்டளையிடுபவராக ஒரு போதும் இருந்ததில்லை; 'போரில் என்னைப் பின் தொடர்ந்து வாருங்கள்' என முன்னணிப் போர்வீரனாய் நின்று வழிகாட்டி தலைமை யேற்றார்.

இந்த காலகட்டத்தில் கெரில்லாக்களின் கம்யூனிஸ்ட் என்ற நற்பெயரைப் பெற்றார். தன் படைப்பிரிவை உறுதியுடனும் சாமர்த்தியமாகவும் வழிநடத்தினார். வென்ற பகுதிகளில் விவசாயிகள் நலன், வளர்ச்சித் திட்டங்களில் ஆர்வம் காட்டினார். ரேடியோ ரிபல்டே எனும் வானொலி நிலையத்தைத் துவங்கினார். அதே சமயம் அர்ஜெண்டினா பத்திரிகையாளர் கூறுவதுபோல் வாய்ப்பு கிடைக்கும் போது புத்தகங்களோடும் பெண்நண்பர்களோடும் நேரத்தை செலவிட்டார்.

"ஃபிடல் காஸ்ட்ரோவின் நம்பிக்கைக்குரிய தளபதிகளில் ஒருவரான டாக்டர் எர்னஸ்ட் குவேரா சே எனும் அர்ஜெண்டினர் ஒரு கம்யூனிஸ்ட் அல்லது கம்யூனிஸ்ட் ஆதரவாளர் என்ற குற்றச் சாட்டுகளைப் பற்றிக் கருத்துத் தெரிவிக்குமாறு இந்த அறிக்கையை அனுப்புகிற அதிகாரி பல்வேறு கியூபர்களிடமும் கேட்டார். இதைக் கடுமையாக மறுத்துப் பதிலளித்த அவர்கள், அவருடைய அரசியல் பின்னணி குறித்து தங்களுக்கு எதுவும் தெரியாது என்று ஒப்புக்கொண்டதுடன்; இதுபற்றிய உரையாடலையே தவிர்த்துவிடவும் விரும்பினார்கள். டாக்டர் குவேரா சே ஒரு லட்சிய வெறி கொண்ட வீரசாகசக்காரர் என்றே தாங்கள் கருதுவதாகக் கூறினர்"

அமெரிக்க உளவுத்துறை அனுப்பிய ஒரு தந்தி வாசகம் இது. சேவின் இன்னொரு முகம் எப்படி இருந்தது ?

"பையன்கள் பெண்களைப் பார்ப்பதைப் போலத்தான் அவர் என்னைப் பார்த்துக் கொண்டிருந்தார்; எனக்கு மிகவும் வெட்கமாக இருந்தது.. அவர் சற்றே குறும்பாகப் பார்த்தார்... ஒரு பெண் என்ற முறையில் நான் அவரை, குறிப்பாக அவரது பார்வையை விரும்பினேன். எந்த இதயத்தையும் அவரால் தொட முடியும், எந்தப் பெண்ணையும் கவர முடியும் என்னுமளவுக்கு அவருக்கு அழகான கண்கள். அமைதியான புன்னகை.. எனக்குள் மிகப்பெரிய காதலை அவர் கிளறிவிட்டார். நான் என்னையே அவருக்கு அளித்தேன் போராளி என்ற முறையில் மட்டுமல்ல. ஒரு பெண் என்ற முறையிலும்."

அந்தப் பெண்ணின் பெயர் ஸோய்லா ரோட்ரிகுவேஸ் கார்ஷியா. வயது பதினெட்டு. இந்த உறவு காதலாக மலரவில்லை. போர்க்களத்தில் துப்பாக்கிக்கு மட்டுமல்ல - புத்தகத்துக்கு காதலுக்கு எல்லாவற்றிற்கும் இடம் உண்டென சே நிரூபித்தார்,

ஸியாரா மீஸ்ட்ராவில் பாடிஸ்டாவின் தாக்குதலோ 10 ஆயிரம் இராணுவ வீரர்களோடு தொடங்கியது. ஆனால் கெரில்லாப் போராளிகள் 321 பேர் மட்டுமே 76 நாட்கள் போராடி பாடிஸ்டாவை நெருக்கடியில் தள்ளினர்; அவர்களும் தோல்வியை உணரத் துவங்கினர். லா காபானா கோட்டையை சேவும் கொலம்பியாவிலிருந்த தளத்தை காமிலோவும் கைப்பற்றவும் ஹவானா நோக்கி முன்னேறவும் காஸ்ட்ரோ ஆணை பிறப்பித்தார். ஸாண்டியாகோவைக் கைப்பற்றி காஸ்ட்ரோ முதலில் ஹவானாவில் நுழைவார். திட்டமிட்டபடி எல்லாம் ஒழுங்கு செய்யப்பட்டன. இதுவரை சேவின் துணையாக இருந்த காமிலோ இப்போது சேவுக்கு முன் நிறுத்தப்பட்டது ஏன் என்கிற சர்ச்சையை சே ஒரு போதும் செய்யவில்லை. காஸ்ட்டிரோ செய்தது சரி என்பது அவர் கருத்து; அர்ஜெண்டினனான சேவை அந்நியர் என்ற காரணம் காட்டி புரட்சிக்கு யாரும் குந்தகம் செய்துவிடக்கூடாது என்ற காரணமாக இருக்கலாம்.

ஆகஸ்ட் 31ல் ஸியாரா மீஸ்ட்ராவிலிருந்து லாஸ் வில்லாஸ் மாகாணத்தை நோக்கி ஊடுருவும் படையை நடத்திச் செல்கிறார் சே. அக்டோபர் 16ல் எஸ்காம்ப்ரே மலைகளுக்கு வந்து சேர்கிறார். டிசம்பர் 28 ஸாண்டா க்ளாராவில் சே யுத்தம் புரிகிறார்.

ஸாண்டா கிளாராவில் ஒரு ரயிலைக் கைப்பற்றினர். இது குறித்துப் பேசும்போது சே லஞ்சம் கொடுத்து அந்த ரயிலை சரண்டைய வைத்ததாக பாடிஸ்டா தரப்பில் கூறப்பட, செய்தி பரவியது ஜூலை 26 இயக்கத்தைச் சேர்ந்தவரான இஸ்மாயில் சுவராஸ் டி லா பாஸ் அப்படிப்பட்ட ஏற்பாடுகள் எதுவும் செய்யப்படவில்லை என்றும் அவர்கள் நேரடியாகச் சரணடைந்தார் என்றும் உறுதியாக் கூறுகிறார்.

இந்த வெற்றி உண்மையிலேயே இறுதி வெற்றியைத் தீர்மானிக்கக் கூடியதாக இருந்தது. கைப்பற்றப்பட்ட ஆயுதங்கள் ஏராளமானவை. பசுகா வகைத் துப்பாக்கிகள் ஆறு,60 மில்லிமீட்டர் சிறிய ரக பீரங்கிகள் ஐந்து, இயந்திரத் துப்பாக்கிகள் பதினான்கு,20 மில்லிமீட்டர் பீரங்கி ஒன்று, தானியங்கித் துப்பாக்கிகள் அறுநூறு, தோட்டக்கள் பல ஆயிரம் எனக் கைப்பற்றப்பட்டன இவை முழுப்போரில் கைப்பற்றப்பட்டவற்றிலேயே மிக அதிகம். 400 ராணுவ வீரர்கள் சிறைப் பிடிக்கப்பட்டனர். இதே சமயத்தில்

காஸ்ட்ரோ திட்டமிட்டபடி ஸாண்டியாகோவைக் கைப்பற்றி ஹவானா நோக்கி முன்னேறிக் கொண்டிருந்தார்.

தனக்கு இரண்டாவது மனைவியாக வரப்போகிறவரை நவம்பர் முதல் வாரத்திலேயே சே சந்தித்தார். லாஸ் வில்லாஸ் பகுதியைச் சார்ந்தவர்; ஜூலை 26 இயக்கத்தின் தலைமறைவுப் போராளி; இளமையும் அழகும் ததும்பும் மங்கை அலெய்டா மார்ச். வயது 22. போலிஸாரால் துரத்தப்பட்டவர் எஸ்காம்ப்ரோவில் சே முகாமில் தஞ்சம் புகுந்தார். ஸாண்டா கிளாரா போரின் வெற்றிப் பரிசு என்றும் சொல்லலாம்.

ஆகவேதானோ என்னவோ, "அலெய்டா! வரலாற்றுக்காக நான் உன்னைப் புகைப்படம் எடுக்கப் போகிறேன்!" என சே கூறி; தான் கைப்பற்றிய ரயிலின் முன் நிறுத்தி அலெய்டா மார்ச்சைப் படம் எடுத்தார்.

ஹில்டா காடியா அல்லது ஸோய்லா ரோட்டிரிகுலா போன்றோரிடம் இருந்த அன்னியோன்ய இயல்புடன் அவர் சேவைக் கவரவில்லை. மாறாக சிச்சினாவின் சாயலில் இருந்தார். அற்புதமான அழகாகவும், சேவுடன் பழகும் மற்றபெண்களைக் காட்டிலும் ஒத்ததன்மையுடன் இருந்தார். காதலில் சே கட்டுண்டார்.

1959 ஜனவரி 1 இறுதித் தாக்குதல் தொடுக்கப்பட்டது. தலைமைச் செயலகம் உட்பட அனைத்தும் புரட்சிக் குழு வசமாயிற்று. இறுதிப்போரில் ஈடுபட்ட ராணுவத் தளபதிகளில் ஒருவர் ராபர்ட்டோ ரோட்ரிகியூஸ். அவரை 'மாட்டுக்காரர்' என்ற புனைப்பெயரில் அழைப்பர். அவர் கொல்லப்பட்ட போது சே கூறினார். "ஆயிரத்தொரு முறை மரணத்துடன் விளையாடிய வீரர். தற்கொலைப் படையின் இளந்தலைவர். புரட்சிகர உணர்வின் முன் மாதிரியானவர்" அவர் மட்டுமல்ல "எங்களை இந்த தற்கொலை யுத்தத்திற்கு சாவிற்கு அனுப்பவில்லையே என கண்ணீர்விட்ட இளைஞர்கள் ஏராளம்! ஏராளம்" சேஅந்த வீரர்களைப் போற்றினார். காஸ்ட்ரோ அந்த வீரர்களைப்போற்றினார். ரத்தத்தாலும் வியர்வையாலும் சோஷலிச கியூபாவை பூக்கவைத்தது அவர்கள் அன்றோ! மார்க்சிய லெனினியத்தால் வழி நடத்தப்பட்டவர்கள் தாம் இப்புரட்சியாளர்கள். ஆயினும் கியூபாவில் சட்டப்பூர்வமாக ஒரு கம்யூனிஸ்ட்கட்சி அதற்கு முன்பே அங்கு இயங்கியது. அவர்கள் மக்கள் நம்பிக்கையைப் பெறவில்லை. சோஷலிசம் பேசிக்கொண்டே ஏகாதிபத்தியக் கையாட்கள் செய்த பிரச்சாரத்தாலும் மக்கள் மனமொடிந்து கிடந்தனர். புரட்சி வெற்றி பெற்றது. மக்களிடையே உரையாற்றிய காஸ்ட்ரோ "சோஷலிசம் வேண்டுமா?" எனக்கேட்ட போது மக்கள் "வேண்டாம்! வேண்டாம்" என்றனர். "நிலம்

வேண்டுமா?" என்று கேட்டார், "வேண்டும், வேண்டும்" என்றனர். "கல்வி வேண்டுமா?" எனக்கேட்டார். "வேண்டும் வேண்டும்" என்றனர். இப்படி ஒவ்வொன்றாகக் கேட்டுவிட்டு "இவைகளை தருவதுதான் சோஷலிசம். இப்போது சொல்லுங்கள் சோஷலிசம் வேண்டுமா?" எனக்கேட்டார். அப்போது மக்கள் "சோஷலிசம்! சோஷலிசம்" என ஆரவாரம் செய்தனர்.

1959 ஜனவரி 7 ஆம் நாள் சேவும் அலெய்டாவும் லா கபானாவிலிருந்த ஒரு ராணுவ அதிகாரியின் இல்லத்தில் குடியேறினார். சே வின் பெற்றோர்களும் சகோதரர்களும் ஹவானா வந்தனர். சே வின் பெற்றோர் மீண்டும் அர்ஜென்டினா வந்து மருத்துவத் தொழில் செய்வதே எதிர்பார்ப்பாக இருந்தது. ஆனால் சே அதனை விரும்பவில்லை. தான் ஓயும் இடம் எது என்று எனக்கே தெரியாது என்பதே சேவின் நிலைபாடு.

ஹில்டா காடியாவும் ஜனவரி இறுதியில் வந்தார். சேவுக்கும் அலெய்டாவுக்கும் உள்ள உறவை அறிந்தார், அவர்களுடனே தங்கினார். வாழ்க்கையைப் பற்றி விவாதித்தனர். மே 22ல் விவாகரத்துப் பெற்றனர். ஜூன் 2 ஆம் நாள் அலெய்டாவும் சேவும் திருமணம் செய்து கொண்டனர். முதல் மனைவிக்கு ஹில்டா என்ற பெண் குழந்தை உண்டு. இரண்டாவது மனைவிக்கு அலெய்டா, கமிலோ, செலியா என மூன்று பெண் குழந்தைகளும் எர்னஸ்டோ என்ற ஆண் பிள்ளையும் பிறந்தன.

ஜனவரி 2 ஆம் நாள் காஸ்ட்ரோ தேர்வு செய்த மிதவாத வழக்கறிஞரும் அரசியல் வாதியுமான மானுவல் உருட்டியோ லீயா குடியரசுத் தலைவராகவும்; ஜோஸ் மைனரோ பிரதமமந்திரியாகவும் பொறுப்பேற்று கொண்டனர். சே இராணுவத்துக்கு பொறுப்பேற்றார்.

ஜனவரி 8 ஆம் நாள் காஸ்ட்ரோ கொலம்பியா முகாமில் பேசும் போது கூறினார்;

"எந்தத் தளபதியும், எந்த இராணுவமும் மக்களைவிட அதிகமாகச் செயல்பட முடியாது. நான் எந்தத் துருப்புக்குத் தளபதியாக இருக்கிறேன் என்று கேட்டால் நான் மக்கள் படைக்குத் தலைமைதாங்க விரும்புகிறேன் என்றுதான் கூறுவேன். ஏனெனில் மக்கள் வெல்ல முடியாதவர்...

மக்கள் எதை விரும்புகின்றனர்? ஒரு நேர்மையான அரசு. அது சரிதானே,,, புரட்சி அரசின் ஒவ்வொரு அமைச்சரையும் எடை போட்டுப் பாருங்கள். அவர்களில் யாராவது ஒருவர் திருடனாவோ, குற்றவாளியாகவோ. ரவுடியாகவோ இருந்தால் என்னிடம்

கூறுங்கள்.

அதிகாரத்தைக் கைப்பற்ற அலங்கார வார்த்தைகளை உடயோகிக்காமல் இருக்கவும், குழப்பமோ பிரிவினையோ ஏற்படாமல் இருக்கவும், யாராவது உள் நோக்கத்துடன் செயல்பட்டால் மக்கள் உடனடியாகத் தெரிந்து கொள்ளவும் இப்படிப் பேசுவது அவசியமாகிறது.

பிபரவரி 9 ஆம் நாள் சே குவேரா கியூபக் குடிமகன் என அதிகார பூர்வமாக அறிவிக்கப்பட்டார்.

சேவுடன் லா கபானாவில் நுழைந்தவர் அண்டோனியோ நுனெஸ் நினைவு கூர்கிறார்;

"1959 ஆம் ஆண்டு ஜனவரி மாதம் 3 ஆம் நாள் லா கபானா கோட்டைக்குள் நுழைந்த போதே இதைப் பற்றி என்னிடம் கூறினார். அதுவும் ஹவானா கால்வாயைக் கடக்கும்போது என்னிடம் கூறினார்; 'என் [சே வின்] பணி, ஃபிடலுக்கு நான் கொடுத்த வாக்குறுதி எல்லாமே இங்கேயே, ஹவானாவுக்குள் நாம் நுழையும் போதே முடிவுக்கு வருகின்றன. ஏனென்றால், கியூபாவில் கெரில்லாப் போராட்டத்தில் பங்கெடுத்துக் கொள்வதென்றும், அதன் பிறகு எங்கு வேண்டுமானாலும் செல்வதற்கும் கியூபாவில் நான் செய்த பணிகளையே வேறு இடங்களில் செய்வதற்கும் எனக்குச் சுதந்திரம் உண்டு என்று ஃபிடலுடன் நான் ஒப்பந்தம் செய்திருக்கிறேன்."

7

பறக்கத் துடித்த தோழமைச் சிறகுகள்...

"கியூபா மீது ஃபிடல் வைத்திருந்த பற்றும், குவேராவின் புரட்சிகர கருத்துகளும் மாபெரும் ஒளியுடன் காட்டுத் தீயைப் போல; ஒருவரிடமிருந்து இன்னொருவருக்குப் பற்றிக் கொண்டது. ஒருவர் உணர்ச்சி மிக்கவராக இருந்தார்; மற்றொருவர் சிந்தனையாளராக இருந்தார்; ஒருவர் உணர்ச்சி வசப்படுபவராகவும் நம்பிக்கை மிக்கவராகவும் இருந்தார்; மற்றொருவர் சமூக மற்றும் பொருளாதாரத் திட்டங்களுடன் தன்னைப் பிணைத்துக் கொண்டவராக இருந்தார். சே இல்லையெனில் ஃபிடல் காஸ்ட்ரோ ஒரு போதும் கம்யூனிஸ்டாக மாறியிருக்க மாட்டார்; ஃபிடல் காஸ்ட்ரோ இல்லையெனில் சே ஒரு மார்க்ஸிய அறிஞராகவும் இலட்சிய பூர்வமான அறிவுஜீவியாகவும் மட்டுமே இருந்திருப்பார்"

ஃபிடல் காஸ்ட்ரோவின் நண்பர் லூஸியா வெலஸிக்யூஸ் எழுதிய வரிகள் இவை. இவர் சேவுக்கு மட்டுமல்ல; அவர் மனைவி அலெய்டாவுக்கும் நெருங்கிய நண்பர். அந்தப் பெண் கூறிய காவியவர்ணிப்பில் மிகை இருக்கக்கூடும்; ஆயினும், உண்மையின் இழையும் உள்ளதை மறுக்க இயலாது.

"நான் நோய்வாய்ப்பட்டிருக்கிறேன்; சூதாட்ட விடுதியிலோ அல்லது காபரே நடனங்களிலோ இரவுகளைக் கழித்ததால் எனக்கு இந்த நோய்வரவில்லை 'புரட்சிக்காக என்னுடைய உடல் தாங்கிக் கொள்ள முடிவதைக் காட்டிலும் அதிகமாக உழைத்ததால் வந்தது என்று ரெவெலூரஷன் என்கிற ஜூலை 26 இயக்கச்செய்தித்தாளின் வாசகர்களுக்கு தெரிவிக்க விரும்புகிறேன். தினமும் பார்வையாளர்கள் வராத ஒரு வீட்டில் ஓய்வெடுக்குமாறு மருத்துவர்கள் ஆலோசனை கூறியுள்ளனர்."

இப்படி சே அதிரடியாய் அறிவிக்க வேண்டிய கட்டாயம் ஏன் ஏற்பட்டது ?

1959 ஜனவரி மாதம் யாருக்கும் தெரிவிக்காமல் திடீரென லா கபானாவிலிருந்து சே மாயமாகி விட்டார். இந்தச் செய்தி ஒரு செய்தித்தாளில் பரபரப்புச் செய்தியாகிவிட்டது எனவே வேறுவழியின்றி சே இப்படி ஒரு அறிக்கை விட வேண்டியதாயிற்று.

ஹவானாவிலிருந்து 20 கிமீ தொலைவிலுள்ள டராரா என்னும் கடற்கரை நகரில் நவீன கோடைக்கால ஓய்வில்லம் ஒன்றில் அவர் அப்போதிருந்தார். ஆஸ்த்துமா தொந்தரவு இருந்ததும் உண்மை; நுரையீரல் வீக்கம் இருந்ததும் உண்மை; அதற்காகச் சிகிட்சை பெற்றதும் உண்மை; ஆனால் அதையெல்லாம் விட ஒரு பேருண்மை உண்டு.

காஸ்ட்ரோ மிகுந்த நம்பிக்கையோடு சேவிடம் ஒப்படைத்த இரு பணிகளை ஜனவரி முதல் மே முடிய அங்கேயே தங்கி இருந்து அவர் ரகசியமாக மேற்கொண்டிருந்தார். ஒன்று உள்நாட்டு பாதுகாப்புக் கட்டமைப்பை சீர்படுத்துவது தொடர்பானது; இன்னொன்று; இதர லத்தின் அமெரிக்க நாடுகளுக்கு "புரட்சியை ஏற்றுமதி" செய்ய தொண்டர்களைத் தயார் செய்வது; கெரில்லா யுத்தப் பயிற்சி அளிப்பது. அவர் மாயமானது இதற்குத்தான். தன் முகத்தைக் காட்டாமல், பிரபல்யத்தை விரும்பாமல்; தன்னை அர்ப்பணித்துக் கொள்கிற லட்சிய உறுதியும் நெஞ்சுரமும் அவருக்கு இருந்ததன் வெளிப்பாடு இது.

1959 ஆம் ஆண்டில் பனமா, நிகாரகுவா, டொமினிகன் குடியரசு, மற்றும் ஹைதி ஆகிய நாடுகளில் இருந்த சர்வாதிகார ஆட்சிக்கு எதிராக கெரில்லா கிளர்ச்சிகள் வெடித்தன; இவற்றில் கியுபாவின் பங்கை ஃபிடல் காஸ்ட்ரோ மறுக்கவில்லை. ஆனால், தான் அதில் எந்தப் பங்கும் ஆற்றவில்லை என்றார். சேவின் வழிகாட்டலும் பாத்திரமும் அவற்றில் இருந்தது உலகறிந்த உண்மை.

1959 ஆம் ஆண்டு பிப்ரவரி 16 ஆம் நாள் ஃபிடல் காஸ்ட்ரோ பிரதமராகப் பொறுப்பேற்றார். அவர் அரசு நிர்வாகத்தைத் தன் கட்டுப்பாட்டுக்குள் கொண்டுவர விழைந்தார் நம்பிக்கையான ஆட்களைத் தேர்வு செய்தார். அதற்காக மிகவும் நம்பிக்கைக்குரிய தோழர்களை மட்டுமே ரகசியமாக அழைத்து உரையாடினார். அதனடிப்படையில் கியுபாவின் ரிசர்வ் வங்கி என்று சொல்லத்தக்க மத்திய தேசிய வங்கியின் நிர்வாகத் தலைவராக சே வை நியமித்தார். இது பலருக்கும் ஆச்சரியத்தை அளித்தது. ஏனெனில் சே பொருளாதார நிபுணர் அல்ல. இது குறித்து அப்போதைக்கு வெளியேவராத செய்தி பின்னர் கசிந்தது.

மேலே குறிப்பிட்ட ஒரு உரையாடலின் ஒரு பகுதியென நம்பப்படுகிற செய்தி; அக்கூட்டத்தில், "இங்கு யாராவது பொருளாதாரவாதிகள் இருக்கிறீர்களா?" என ஃபிடல் காஸ்ட்ரோ கேட்ட போது; "இதோ, நானிருக்கிறேன்" என்று சே சொன்னார். "சரி ! அப்படியானால் நீங்கள் தான் மத்திய வங்கி நிர்வாகத் தலைவர்" என காஸ்ட்ரோ அறிவித்துவிட்டார்.

நான் பொருளாதாரவாதி அல்ல; கேள்வியைத் தப்பாகப் புரிந்து கொண்டேன் என சே கொடுத்த விளக்கத்தை காஸ்ட்ரோ ஏற்க மறுத்துவிட்டார்; ஏனெனில் நம்பிக்கைக்குரிய பொருளாதார நிபுணர் யாரும் ஃபிடல் கண்ணில் தென்படவில்லை. எப்படியோ சே மத்திய தேசிய வங்கி நிர்வாகத் தலைவர் ஆகிவிட்டார்,

விவசாயத் துறையில் தேசியத் தலைவராகவும் நியமிக்கப்பட்டார். 'சே'. மத்திய தேசியவங்கியின் தலைவராக கியூபா நாணயமான பெஸா எனும் ரூபாய் நோட்டுகளில் 'சே' என கையெழுத்திடும் அளவுக்கு முக்கியத்துவம் பெற்றார். அர்ஜெண்டினாராகப் பிறந்து கியூப நாட்டின் நாணயத்தில் கையெழுத்து பொறிக்கும் அளவு உயர்ந்தார்.

சே தனக்கு பொருளாதாரம் தெரியாது என்று சொன்னதுடன் நிற்கவில்லை; வங்கியில் இராப் பகலாக உழைத்தார்; அதுமட்டுமல்ல! மார்க்ஸிய பொருளாதாரத்தைக் கற்றுக்கொள்ளவும் செய்தார்.

சே ஒருபோதும் இதற்குமுன் முழுமையான ஒத்திசைவான மார்க்ஸியவாதியாக இருந்ததில்லை. மார்க்ஸியத்தின் சில அடிப்படைகளை மட்டுமே அறிந்த சாதாரண லத்தின் அமெரிக்க இடதுசாரி அவர். ஆனால் ஏதேனும் ஒரு கம்யூனிஸ்ட் கட்சியால் பயிற்றுவிக்கப்பட்டவரல்ல. அவர் வங்கிப் பொறுப்பேற்றார். தான் அறிந்திருப்பது மிகக்குறைவு என்பதை அறிந்து; கட்சிப் பின்னணியுடைய மார்க்ஸிய பொருளாதார நிபுணரான யுவானிடோ நோயோலாயவிடம் தனக்குப் பொருளாதாரம் பயிற்றுவிக்குமாறு கேட்டுக்கொண்டார். இது அவரின் சுயமுயற்சியின் நிரூபணமாகும். தான் செய்யும் வேலையில் கவனம் செலுத்துபவராகவும், மிகவும் முறையாக செயல்படுபவராகவும் சே இருந்தார். யுவானிடோவிடம் வாரம் இருமுறை வகுப்புகளுக்குச் சென்றார். மார்க்ஸியப் பொருளாதாரத்தின் அடிப்படைகளை யுவானிடோ கற்றுக் கொடுத்தார். இந்த விவரங்களை எர்னஸ்ட் பேடன்கோர்ட் என்பவர் ஒரு பேட்டியில் தெரிவித்தார். மேலும் மூலதனத்தைப் பயிலுவதற்காக ஏற்பாடு செய்யப்பட்ட பயிலரங்குகளில் சே பெருமளவு கலந்து கொண்டார் என்கிறார் நெஸ்டர் லாவர்க்கனே.

1961ம் ஆண்டு தேசிய வங்கியின் பதவியைத் துறந்து தொழிற்துறை அமைச்சர் பதவியை ஏற்றுக் கொண்டார். கியூபாவிலிருந்து வெளியேறும் வரை அப்பதவியில் இருந்தார்.

லா கவானாவிலிருந்த போதிலிருந்தே சே வின் செயலாளராகப் பணியாற்றிய மானுவேல் மான்ரேஸா அமைச்சராகப் பதவி ஏற்றுக் கொண்ட போது, சே அவரிடம் சொன்னார், "நாம்

இங்கே ஐந்தாண்டுகள் கழித்துவிட்டு அதன்பிறகு போய்விடுவோம். அப்போது நமக்கு ஐந்து வயது கூடுதலானாலும் நம்மால் கெரில்லாப் போராட்டத்தில் ஈடுபட முடியும்." சேவின் மனோவோட்டங்கள் எப்படி இருந்தது என்பதற்கு இது சாட்சியாகும்.

அமைச்சர் பதவியில் இருந்தாலும் 'சே' தன்னை ஒரு சாதாரணக் குடிமகனாகவே அடையாளம் காட்டிக் கொண்டார். விவசாயக் கூலிகளுடன் சேர்ந்து கரும்பு வெட்டுவதும், தொழிற்சாலைகளில் இதர பணியாளர்களுடன் சேர்ந்து மூட்டை சுமப்பதுமாகவே வாழ்ந்தார். 'சே' மற்றும் காஸ்ட்ரோ இருவருக்குமிடையே யுத்தத்துக்கு முன்பும் பின்பும்மான உறவுகளில் வேறுபாடுகள் இருந்தது என்றாலும், ஒருவருக்கொருவர் விட்டுக்கொடுத்ததில்லை.

அமெரிக்க ஏகாதிபத்தியத்தை மூன்றாம் உலகநாடுகளின் பிரதிநிதியாக, ஒற்றை மனிதனாகத் தன்னால் வேரறுக்க முடியும் என 'சே' திடமாக நம்பினார். கியூபாவுக்கு ஏவுகணைகள் இறக்குமதி செய்ய ரஷ்யா வாக்குறுதி தந்தபோது, "ரஷ்ய ஏவுகணைகள் கியூபாவில் இறங்கினால் அது முதலில் அமெரிக்க நகரங்களையே குறிவைக்கும்" எனத் தைரியமாகக் குரல் கொடுத்தார்.

அமெரிக்கா, கியூபாவின் மீது விதித்த பொருளாதாரத்தடைதான் அவரது இந்தக் கட்டற்ற கோபத்துக்குக் காரணம். அமெரிக்காவின் சி.பி.என். தொலைக்காட்சி, ஒரு நேர்காணலுக்காக சேகுவேராவை நியூயார்க்குக்கு அழைத்தது. "அமெரிக்கா ஒரு கழுதைப்புலி. அந்த ஏகாதிபத்தியத்தை நான் வேரறுப்பேன்" என அமெரிக்க மண்ணிலேயே துணிச்சலாகப் பேட்டிதந்தார் 'சே. சென்ற இடங்களிலெல்லாம் அமெரிக்காவைக் கடுமையாகத் தாக்கிப்பேசினார்.

அமெரிக்கத் தூதரகம் அப்போது உளவுத்துறைக்கு அனுப்பிய குறிப்பொன்றில் கூறுகிறது;

"லா கபான கோட்டையிலிருக்கும் சே குவேரா முழுமையான கம்யூனிஸ்டாக இல்லாவிட்டாலும்கூட பிரித்துப் பார்க்க முடியாத அளவுக்கு கம்யூனிஸ்க் கோட்பாடுகளுக்கு நெருக்கமானவராக மாறிவருகிறார். சே குவேரா மற்றும் ரால் காஸ்ட்ரோவின் புகழ், ஆயுதப்படைகளின் மீது அவர்கள் வகிக்கும் திறமையான கட்டுப்பாடு; ஆகியவற்றுடன் இணைந்த அவர்கள் சார்ந்த அரசியல் கட்சிகளின் விளைவாக; தற்போதைய அரசுக்குள் கம்யூனிஸ்டுகளின் ஊடுருவல் என்னும் முக்கியமான பேராபயத்தைப் பிரதிநிதித்துவப் படுத்துகிறார்கள். ஃபிடல் காஸ்ட்ரோவிடம் அவர்களுக்கு எந்த அளவுக்கு செல்வாக்கு இருக்கிறது என்று தெரியவில்லை; ஆனால், கணிசமான அளவுக்கு இருக்கும் என்றே தோன்றுகிறது. கிழக்கு மேற்குப் போராட்டத்தில் சுதந்திர நாடுகளுடன் அணிசேர்வதற்கு

ஃபிடல் காஸ்ட்ரோ தயங்குவதற்கு இதுதான் முக்கியக் காரணமாக இருக்க வேண்டும்."

அமெரிக்கா தொடர்ந்து இப்படிக் கருத இடம் உண்டு; ஏனெனில் சே கியூபாவில் ஒரு சோவியத் அரசை நிறுவவே ரால் காஸ்ட்ரோவும் சே வும் முயலுவதாகவே பாடிஸ்டாவும் குற்றஞ் சாட்டினர். ரால் காஸ்ட்ரோ ஏற்கெனவே மார்க்ஸியத்தின் பக்கம் சாய்ந்திருந்தார். சேவையும் அந்த நெருப்பு பற்றிக்கொண்டது; ஃபிடல் காஸ்ட்ரோ தயங்கிக் தயங்கி மெதுவாகவே இடதுபக்கம் வந்து சேர்ந்தார் என்பதும், அதில் ரால், சே இருவரின் பங்களிப்பு முக்கியமானது என்பதிலும் ஐயமில்லை. அதே சமயம் ஃபிடலும் மார்க்ஸியத்தால் ஆதி முதலே கவரப்பட்டவர்தான் என்றும் நடைமுறைக் காரணங்களுக்காகவும் கொஞ்சம் அதிலிருந்து சற்று மாறுபட்டிருப்பது போன்ற தோற்றத்தைத் திட்டமிட்டு உருவாக்கினார் என்றும் அரசியல் விமர்சகர்கள் கருதுகின்றனர். எப்படியோ இம்மூவர் கூட்டணி வலுவான இடதுசாரிப் பாதைக்கு லத்தின் அமெரிக்க அரசியலைத் திருப்ப முயன்றது.

குறிப்பாக விவசாயத்துறைக்கு சே பொறுப்பேற்ற போது முன்மொழிந்த நிலச்சீர்திருத்தங்கள் ஆட்சிக்குள் மிதவாதிகளை ஓரம் கட்டியது, குடியரசுத் தலைவர் மானுவேல் உருஷியா பதவி விலகினர். இந்த நிலச் சீர்திருத்ததால் பாதிக்கப்பட்டோர்தான் மியாமி கலகக்காரர்களாயினர். அமெரிக்க சிஐஏ அவர்களுக்கு உதவியது என்பதைச் சொல்லவும் வேண்டுமோ?

தன் மூக்கின் கீழுள்ள ஒரு தீவில் இடதுசாரி அரசா ? அமெரிக்காவால் சகிக்க முடியவில்லை. கவிழ்க்க முயன்றது, கியூபாவிலிருந்து வெளியேறிய நிலப்பிரபுக்கள் மற்றும் பிற்போக்கு வாதிகள் ஆகியோரை திரட்டி ஆயுதப்பயிற்சியும் அளித்தது. இந்த மியாமி சதிகாரர்களை ஊக்குவிக்கும் வேலை ஐசன் ஹோவர் அமெரிக்கப் பிரதமராக இருந்த போது திட்டமிடப்பட்டது, பின்னர் வந்த கென்னடி காலத்தில் நிறைவேற்றப்பட்டது, 1961 ஏப்ரல் 17ல் தாக்குதலை மியாமி கூலிப்படையினர் துவங்கினர். 72 மணி நேரத்தில் தோற்கடிக்கப்பட்டனர், டெல்ரியோ மாகாணத்தில் சே தலைமை தாங்கி போரிட்டு வென்றார்.

கியூப ராணுவத்தில் 25, 000 பேரே இருந்தனர். மக்களுக்கு ஆயுதங்கள் கியூப அரசை காக்க அறைகூவல் விட்டார் ஃபிடல் காஸ்ட்ரோ. நன்கு வியூகம் சமைத்து அமெரிக்க உதவியோடு வந்த மியாமி சதிகாரர்கள் ஓடஓட விரட்டப்பட்டனர். தூண்டிவிட்டு ஆயுதமும் நிதியும் கொடுத்த அமெரிக்கா, சுமார் 1500 கலகக்காரர்கள் களத்தில் அடி மேல் அடிவாங்கிய நேரத்தில் கைகொடுக்காமல்

கழன்றுகொண்டது. இந்த வளைகுடாப்போரின் வெற்றிக்கு வியூகம் சமைத்து முன்நின்றவர் மூவர். ரால் காஸ்ட்ரோ, அல்மெய்டா, சே குவேரா. இவர்களை ஒருங்கிணைத்து வெற்றியைச் சாத்தியமாக்கியவர் காஸ்ட்ரோ, சேவின் புகழ் இந்தத் தாக்குதலில் இன்னும் பிரகாசித்தது.

சே எப்போதும் எளிமையையே கடைப்பிடித்தார். தன் மனைவி சிறப்புச் சலுகை எதையும் அனுபவிக்கக் கூடாது என உறுதியாயிருந்தார், அரசாங்கக் காரை அவர் பயன்படுத்த அனுமதிக்கவே இல்லை. மற்றவர்களைப் போல கியூவில் நின்றே பொருட்களைப் பெறவேண்டியிருந்தது. தனக்குக் கிடைத்த அன்பளிப்புகளை பிரித்துப் பார்க்காமலே இளைஞர் மையங்களுக்கு அனுப்பினார். அயல்நாட்டுப் பயணங்களுக்கும் மனைவியை அழைத்துச் சென்றதில்லை.

அமெரிக்க உளவுத்துறை சேவைப் பற்றி நிறைய விவரங்கள் சேகரிக்கின்றன. சே இரக்கமற்றவர். நல்ல உணவு, பிராந்தி, சிகரெட்டுகள் மீது பிரியம் கொண்டவர். குளிக்கமாட்டார். எப்போதும் ராணுவப் பொறுப்பில் இல்லாத போதும் வங்கியில் தலைவராய் இருந்தபோதும் அமைச்சராய் இருந்தபோதும் இராணுவ உடையிலேயே இருந்தார். கெரில்லாப் போர்க்களத்திலும் தோழர்களுக்கு சார்லஸ் டிக்கென்ஸ், அல்போன்ஸ் டௌடெட், மார்ட்டி, பாப்லோ நெருதா எழுத்துக்களை வாசித்துக் காட்டுவார். இப்படி ஏராளமான தகவல்கள். அவர் எதிரியிடம் ஒரு போதும் இரக்கத்தை எதிர்ப்பார்ப்பதுமில்லை; காட்டுவதுமில்லை. இது உண்மையே, ஆகவேதான் எதிரிகளுக்கும் துரோகிகளுக்கும் தண்டனை வழங்க சேவை பலமுறை பயன்படுத்தியுள்ளார். அவரது ஆஸ்த்துமா நோய் காரணமாக குளிக்கமல் பல நேரம் இருக்க நேரிட்டது.

அதே சமயம் தனிமனித வாழ்க்கைச் சிக்கல்களை அவர் வெகு நிதானமாகவே கையாண்டிருக்கிறார். அவர்களின் பண்பாட்டுச் சூழலில் அது சரியாக இருக்கும் என்பதும் சரிதான்; நம் மண்ணிலும் இப்பிரச்சனைகள் உண்டே... கொஞ்சம் விவரமாய்ப் பார்ப்போம்..

சே தொழிலமைச்சராக இருந்த போது ஒரு அதிகாரி திருமணம் ஆனவர், இரண்டு குழந்தைகளின் தந்தை; ஆனால் தன் கீழ் பணியாற்றும் பெண் உதவியாளரிடம் காதல் வயப்பட்டார்; அப்பிரச்சனையில் கடுமையாக நடவடிக்கை எடுக்க வேண்டாம் என்றும்; அதனை முக்கியப் பிரச்சனையாக்கி பகிரங்கமாக விவாதிக்கவேண்டாம் என்றும் சே கேட்டுக் கொண்டுள்ளார். ஒருவனுக்கு ஒருத்தி என்ற உறவைக் கேள்விக்குள்ளாக்குகிறார் சே.

பெண்ணும் விரும்பாவிடில் விஷயம் வேறுமாதிரி ஆகும் என்பதோடு நில்லாமல்; "சோஷலிச புனிதம் எனும் அளவு கோலும் இருக்கிறது" என்கிறார். இதன் மூலம் கட்சி உறுப்பினர்களுக்கு ஒழுக்கம் மிக அவசியம் என்பதையும்; அதே அளவுகோலை பொது ஜனத்துக்கு அப்படியே பிரயோகிக்க முடியாதென்றும் கூறுகிறாரோ? பைபிளில் ஏசுநாதர் சொல்லிய வார்த்தையை தன் பாணியில் சே சொல்வது முக்கியமானது, "அனைவருடைய மனதிலும் ஒருவர் இடம்பிடிக்க வேண்டுமானால், முதலில் கல்லெறியப் போகிறவர் யார் என்று நாம் பார்க்க வேண்டியிருக்கும்." என்கிறார்.

இந்த காலங்களில் ஃபிடலுக்கும் சேவுக்கும் இடையிலான உறவு ஒருபுறம் நெருக்கமானதாக, மிகவும் நம்பிக்கைக்குரியதாக மாறியதெனிலும் உரசல்களும் முன்னுக்கு வந்தன. குறிப்பாக சோவியத் யூனியனோடு நெருக்கமாக காஸ்ட்ரோ விரும்பினார்; சே கொஞ்சம் சீனத்தின் பக்கம் சாய்ந்தார். உலகக் கம்யூனிஸ்ட் இயக்கத்தில் அந்தக்காலத்தில் உருவான சோவியத் சீன முரண்பாடு இவர்கள் இருவரிடையேயும் பிரதிபலித்தது.

சேவின் இதயத்தில் எதாவது ஒரு நாட்டில் கியூபா அல்லாத ஒரு லத்தின் அமெரிக்க நாட்டில் ஒரு புரட்சி நடக்குமானால் அது ஒட்டுமொத்த லத்தின் அமெரிக்காவையும் எழச்செய்யும் என்கிற நம்பிக்கை அதிகம் இருந்தது. அது ஓயாது கனன்றுகொண்டிருந்தது.

என்ன இருப்பினும் பிறந்த மண் மீதான பாசம் இருக்கத்தானே செய்யும்? லத்தின் அமெரிக்க நாடான தான் பிறந்த அர்ஜென்டினாவில் ஒரு புரட்சி செய்யவே விரும்பினார். அதற்கான தயாரிப்புகளில் ஈடுபட்டார். அர்ஜென்டினாவில் இயங்கிய கெரில்லாக் குழுவுடன் ஒருங்கிணைந்து திட்டமிட்டதாகவும் தகவல்கள் கூறின.

சால்ட்டாவில் மாஸெட்டியின் போர்க்களக் கமெண்டரை 'செகுண்டா ஸாபரா' என்றே அழைத்தனர். இதன் பொருள் இரண்டாவது கமெண்டர் என்பதாகும். அதாவது இந்தக் கிளர்ச்சி குறித்த எல்லா அர்ஜென்டினப் பதிவுகளிலும் மார்ட்டின் ஃபியாரோ என்ற பெயர் இடம் பெற்றிருக்கும். இது சே வின் செல்லப் பெயராகும். அவரே முதல் கமெண்டர் என குறிக்கப்படுகிறது. ஆயினும் அக்காலகட்டத்திலோ அதன் பிறகோ சே நேரடியா அங்கு களத்தில் நின்றதற்குச் சாட்சிகள் இல்லை. உலகச் சூழல் காரணமாக "புரட்சியை ஏற்றுமதி" செய்யும் தன் வியூகத்தை ஃபிடல் காஸ்ட்ரோ அடக்கி வாசிக்கத் துவங்கினார். சேவின் கனவு அர்ஜென்டினாவைப் பொறுத்தவரை கைகூட வில்லை என்றே சொல்லலாம்.

1964 டிசம்பர் 9 ஆம் நாள் தொடங்கி மூன்றுமாத காலம் அரசுமுறைப் பயணமாய் அவர் ஒரு குட்டி உலகப் பயணமே மேற்கொண்டார். ஹவானாவிலிருந்து புறப்பட்டு நியூயார்க் சென்றார். ஐநா சபைக் கூட்டத்தில் பங்கேற்றார். அங்கு அவர் ஆற்றிய உரையில் ஏகாதிபத்திய எதிர்ப்பு நெருப்பாய் தகித்தது.

"நான் ஒரு கியூபன். நான் ஒரு அர்ஜென்டினன், நான் யாருக்கும் குறையாத லத்தீன் அமெரிக்க தேசபக்தன். இங்கே வந்திருக்கும் லத்தீன் அமெரிக்க முக்கிய மனிதர்கள் யாரும் தங்களை நான் அவமதித்து விட்டதாகக் கருத வேண்டாம். லத்தின் அமெரிக்க நாடுகளில் ஏதாவது ஒன்றின் விடுதலைக்கு எந்தப் பலனும் கேட்காமல் நான் என்னையே தருவதற்குத் தயாராக இருக்கிறேன்."

லத்தின் அமெரிக்க மக்களை இவ்வுரை சுண்டி இழுத்ததிலும், அமெரிக்கா எரிச்சலடைந்ததிலும் ஆச்சரியமே அல்ல.

நியூயார்க்கிலிருந்து 17 ஆம் தேதி சே புறப்பட்டார். கனடா வழியாக அல்ஜீரியா சென்றார். ஆசிய ஆப்பிரிக்க நாடுகளின் ஒற்றுமைக்கான அமைப்பின் இரண்டாவது பொருளாதாரக் கருத்தரங்கில் பங்கேற்றார்.

பின்னர் அங்கிருந்து புறப்பட்டு காங்கோ, கினியா, கானா, தாமோ ஆகிய நாடுகளுக்குச் சென்றார். பாரீஸ் வழியாக தான்சானியா சென்றார். தொடர்ந்து கெய்ரோவுக்கும் சென்றார். அல்ஜீரியா வழி கியூபா திரும்பினார். கிட்டத்தட்ட மூன்றுமாத காலம்.

ஏராளமான அனுபங்கள். ஆசிய ஆப்பிரிக்க நாடுகளில் புரட்சிகர இயக்கங்களின் எழுச்சி, சவால்கள் அங்கு நிலவும் பொருளாதார நெருக்கடி; வாய்ப்பறையாளர்களின் வஞ்சக முழக்கங்கள் என எல்லாம் சேவுக்கு விளங்கலாயிற்று.

பத்திரிகையாளரும் தன் நெடுங்கால நண்பருமான கார்லோஸ் ஃப்ராங்கியை பாரீஸில் சந்தித்து அவர் தோள் மீது கை போட்டபடி ஆத்மார்த்தமாக சே பேசிக்கொண்டே மரங்களடர்ந்த தெருக்களில் நடந்தார். ஃப்ராங்கியோடு பலமுறை கருத்து ரீதியாக சே மோதி இருக்கிறார். குறிப்பாக கொரில்லாப் போராட்டத்தின் மீதே மிகுந்த நம்பிக்கை கொள்வதில் ஃப்ராங்கி மாறுபாடுகொண்டிருந்தார். இதர சூழல்களும் ஒத்துழைப்பும் குறிப்பாக விவசாயிகள், மாணவர்கள் ஒத்துழைப்புமே முக்கியம். கெரில்லா அப்போதுதான் முன்னேற முடியும் என்பது அவர் வாதம். சே கெரில்லா யுத்தத்தின் மீது அப்போது அதீத நம்பிக்கை வைத்திருந்தார். கியூப வெற்றியையே சே புரிந்து கொண்டதற்கும் ஃப்பிடல் புரிந்து கொண்டதற்கும் வேறுபாடுண்டு. ஃப்ராங்கியோடு நடந்து கொண்டே பேசிய

பேச்சின் ஊடே சேவிடம் விரைவில் கியூபாவைவிட்டு வெளியேறும் எண்ணம் இருப்பதைச் சொன்னார். "ஃபிடல் காஸ்ட்ரோவோடு எனக்கு உறவும் இல்லை பகையும் இல்லை" என்றார் சே. இதன் பொருள் ஆழமானது. இன்னும் அரசியல் விமர்சகர்கள் இந்த வார்த்தைக்குப் பின்னால் என்ன உள்ளது என விதவிதமாய் ஆராய்ந்து கொண்டே இருக்கின்றனர்.

சேவுக்கு நான்காவது குழந்தை பிறந்தான். அலெய்டாவுக்கு பிறந்த குழந்தை இது. முதல் மனைவியின் குழந்தையும் சேர்த்துக் கணக்கிட்டால் இது சேவின் ஐந்தாவது குழந்தை; இது மட்டுமே ஆண் குழந்தை. சே மகிழ்ந்தார். எனினும் அவரிடம் குடும்பபாசத்தை மீறிய விடுதலை தாகமொன்று எப்போதும் தகித்துக் கொண்டிருந்தது. "மகாத்மாக்கள் ஒருபோதும் நல்ல கணவனாகவோ, நல்ல தந்தையாகவோ இருந்ததில்லை" என்பது சே விஷயத்திலும் ஓரளவு உண்மையே. இதன் பொருள் பாசமற்றவராக இருந்தார் என்பது அல்ல; மாறாக இதர ஆண்கள் போல் குடும்பத்தில் வகிக்க வேண்டிய பாத்திரத்தை முழுமையாகச் செய்ய முடியாமல் அவரது கடமை அழைத்தது. இதனை அவரது துணைவிகளும் புரிந்து இயைந்து நின்றனர் என்பது சிறப்பு. குறிப்பிட்டுச் சொல்லத் தக்கது.

ஜார்ஜ் கி காஸ்நாடா கூறுகிறார், "கியூபப் புரட்சியின் இன்றியமையாத பிரச்சனைகள்குறித்து ஏராளமான போராட்டங்களை நடத்தி அவர் தன் நண்பர்களையும் வெற்றியையும் ஒருசேர இழந்த அந்த நீண்ட 1964 ஆம் ஆண்டில்; சே கியூபாவில் தனது பாத்திரத்தைப் பற்றி இரண்டு மறுக்க முடியாத உண்மைகளைக் கண்டார்.

ஒன்று, காஸ்ட்ரோ மிகவும் உயர்வாக நடத்தினார்; அர்ஜெண்டினா, அல்ஜீரியா, வெனிசுலா, மற்றும் இப்போது ஆப்பிரிக்கா ஆகியவற்றிற்கான அனைத்து அரசியல் திட்டங்களையும் அவர் ஆதரித்தார். சே தனக்கென உருவாக்கிக் கொண்ட இடத்தை சே ஒரு போதும் கேள்வி எழுப்பியத்தில்லை; அவருடைய தவறுகளுக்காகவோ அல்லது சீற்றங்களுக்காகவோ அவரைக் கண்டித்ததுமில்லை. இந்த விஷயத்தில் அவர் மீது சேவால் ஒரு பழியும் சுமத்த முடியாது.

இரண்டு, மிகவும் திறமை வாய்ந்த அரசியல்வாதியான ஃபிடல் உண்மையான ஈடுபாட்டுடன் சேவின் நிலைபாடுகளை ஏற்றுக் கொள்ளவில்லை. இதனை சேவும் புரிந்திருந்தார். தனது சொந்த யுத்தங்களைத் தானே நடத்தி, அதன் தோல்விகளைத் தானே அனுபவிக்க வேண்டியிருந்தது. சேவின் வெற்றிகளைக் குறித்து

கேள்வி எழுப்பாத ஃபிடல், சேவுக்கு தனது முழு அங்கீகாரத்தை வழங்கவும் இல்லை."

ஃபிடலின் அணுகுமுறை, தன் சொந்த நாட்டின் புரட்சிகர அரசைக் காப்பதிலிருந்து எழுகிறது; சேவின் பார்வை லத்தின் அமெரிக்கா முழுமைக்குமானது. இது பகைமுரண்பாடாகச் சிலர் சித்தரிக்கின்றனர். இல்லை. இல்லவே இல்லை. இது நட்பு முரண்பாடே.

மூன்று மாதச் சுற்றுப் பயணத்தை முடித்து கியூபா திரும்பிய சே சில நாட்களில் [மார்ச் 1964 14] திடீரென்று காணாமல் போகிறார். செய்திகள் பரபரப்பாகின்றன.

ஆப்பிரிக்க நாடான காங்கோ அவரை அழைத்தது. தோழமைச் சிறகுகளை விரித்துப் பறக்கலானார் சே.

8

ஒரு தோல்வியின் வரலாறு

"தாவா மருந்து தங்களிடம் இருக்கிறது என்று லெஃப்டினென்ட் கர்னல் லாம்பர்ட் நட்புணர்வோடு மகிழ்ச்சியாகக் கூறினார். இவர் காங்கோ போராளிக்குழுவில் இருப்பவர்.

"தோட்டாக்கள் பலமுறை என்மீது பட்டிருக்கின்றன. ஆனால் அவற்றால் என்னை எதுவும் செய்ய முடியவில்லை. அவை ஒன்றும் செய்யாமல் சிதறி வீழ்ந்தன."

அவர் சிரித்துக் கொண்டே சொன்னார். எனவே எதிரியின் ஆயுதங்களை அவர் ஒரு பொருட்டாக மதிக்கவில்லை என்பதனைத்தான் இப்படி நகைச்சுவையாகச் சொல்லுவதாக சே கருதினார். ஆனால் உண்மை அதுவல்ல.

இந்த உரையாடல் நடந்த இடம் காங்கோ.

ஆம். சே காங்கோவுக்குப் போய்விட்டார். இது தற்செயலானதோ, திடீர் முடிவோ அல்ல. சே ஏற்கனவே முடிவு செய்துவிட்டார்; காங்கோ பயணத்திற்கானத் தயாரிப்புகள் எந்த அளவுக்கு இருக்கின்றன என்பதைப் பார்ப்பதற்காக மட்டுமே ஹவானா வந்தார்.

மூன்று மாத அரசு முறைப் பயணமாக உலகின் பலநாடுகளுக்குச் சென்று விட்டு 1965 மார்ச் 14 அன்று ஹவானா திரும்பினார். விமான நிலையத்தில் காஸ்ட்ரோ அவருக்கு பகிரங்க வரவேற்புக் கொடுத்தார். இதுதான் கடைசியாக பகிரங்கமாக சே பொதுவெளியில் தோன்றிய நாள். அடுத்து 1967 ஆம் ஆண்டு அக்டோபர் 9 ஆம் நாள் பொலிவியாவில் அவர் உடல் காட்சிக்கு வைக்கப்படும் வரை பொது வெளியில் தோன்றவேயில்லை. 940 நாட்கள் தன் முகத்தை வெளியுலகுக்குக் காட்டாமல் தனக்கு எந்த பிரதிபலனும் இல்லாத, தான் ஏற்றுக்கொண்ட சர்வதேசிய லட்சியத்துக்காக ஒருவர் இப்படி வாழ்வது அரிதினும் அரிதே 1

"அவர் காணாமல் போய்விட்டார்" என உலகெங்கும் பரபரப்பான செய்தியானது. கொலை செய்யப்பட்டிருக்கலாம் என்று கூட ஊடகங்கள் உலவின. சேவை காஸ்ட்ரோதான் கொலை செய்து

மறைத்துவிட்டார் என்கிற செய்திக்கு கையும் காலும் முளைத்து எங்கும் ஒருவிதப் பதட்டத்தை உருவாக்கிக் கொண்டிருந்தன.

சே மார்ச் மாதத் தொடக்கத்தில் எகிப்து போனபோது, எகிப்து அதிபர் நாசரிடம்கூறினாராம்,

"நான் காங்கோவுக்குப் போகப் போகிறேன். உலகிலேயே கொந்தளிப்பான இடம் அதுதான் ஏகாதிபத்தியவாதிகளின் மையமான கடாங்காவிலேயே அவர்களைத் தாக்கி பலவீனப்படுத்த முடியும் என்று நான் நினைக்கிறேன்.."

இதனைக் கேட்ட நாசர் அதிர்ச்சியடைந்தார் ஆயினும் அதனை வெளியே காட்டிக்கொள்ளாமல், "கறுப்பர்கள் நடுவில் ஒரு வெள்ளையராக, அவர்களை வழிநடத்திப் பாதுகாக்கின்ற இன்னொரு டார்ஜானாக சினிமாவிலும் மாயாவி கதைகளிலும் வரும் சூப்பர் மனிதக் குரங்கு மாறிவிட வேண்டாம்.." என எச்சரித்தார்.

அதுமட்டுமல்ல! நாசரைச் சந்திப்பதற்கு முன்பு டிசம்பர் மாதம் 11 ஆம் தேதி ஐ.நா. சபையில் காங்கோவின் துயரம் குறித்து ஆவேச உரை நிகழ்த்தி உலகோரின் கவனத்தை ஈர்த்தார் சே.

அந்த உரையில்," அமெரிக்கத் தலையீடு எந்தவிதத்திலும் ஏற்றுக்கொள்ள முடியாது..நவீன உலகில் இது போல் ஒரு போதும் நடந்ததில்லை; எந்தச் சிக்கலிலும் மாட்டிக்கொள்ளாமல், ஆணவம் நிறைந்த வெறித்தனத்துடன் ஒரு நாட்டு மக்களின் உரிமைகளை எப்படி எல்லாம் இழிவு படுத்த முடியும் என்று இது காட்டியுள்ளது. காங்கோவின் மாபெரும் வளங்களை ஏகாதிபத்தியவாதிகள் தங்கள் கட்டுப்பாட்டில் வைக்க விரும்புவதுதான் எல்லாவற்றுக்கும் மூலகாரணம். லூமும்பாவைப் படுகொலை செய்வதற்கு ஐ.நா.வின் பெயரைப் பயன்படுத்தியவர்கள் இன்று வெள்ளை இனத்தைப் பாதுகாப்பது என்கிற பெயரால் ஆயிரக் கணக்கான கங்கோலியர்களை [கறுப்பர்களை] கொன்று குவித்துக் கொண்டிருப்பதற்குக் காரணம் இதுவே.."

ஆக, இதயம் காங்கோவிற்காக கடந்த சில மாதங்களாகத் துடித்துக் கொண்டிருந்தது; இறுதியில் செயலில் இறங்கியாயிற்று.

"வேறொரு சந்தர்ப்பமாக இருந்தால் விடைபெற்றுக் கிளம்புவதற்கு நீண்ட அவகாசம் தேவைப்படும். ஆனால் மகிழ்ச்சியும் வேதனையும் நிறைந்த, அவசரமான விடைபெறல்களுக்குப் பிறகு, கடைசியாக நாங்கள் இந்தப் பயணத்தைத் தொடங்கினோம்." என்கிறார் சே.

பல்வேறு இடங்களில் பயிற்சி பெற்றுவந்த கறுப்பு நிறம் கொண்டவர்கள் மட்டுமே அடங்கிய கெரில்லா வீரர்கள் ஹவான

வந்து சேர்ந்தனர். காஸ்ட்ரோ வழியனுப்பி வைத்தார். பல குழுக்களாக தான்சானியா வந்தடைந்தது,

என் ஒன்று எனும் பொருள்படும் காங்கோ நாட்டின் 'ஸ்வாஹிலி மொழி வார்த்தையான 'மோஜா' எனும் சங்கேதப் பெயரில் கேப்டன் விக்டர் டிரேக், இரண்டு எனும் பொருள் படும்'முபிலி' என உளவுத்துறை அதிகாரி மார்ட்டினாஸ் டமாயோ, மற்றும் 'டாட்டு மூன்று எனும் சே குவேரா என மூவர் இதற்குத் தலைமை ஏற்றனர். சே தான் முதல் எனிலும் டாட்டு மூன்று என பெயர் சூட்டிக் கொண்டதால் ஆரம்பத்தில் காங்கோக் குழுக்கள் அவரைச் சரியாக அடையாளம் காணவும் அங்கீகரிக்கவும் தடையானது; அவருக்கு நன்கு அறிமுகமான தான்சானிய தூதர் கூட மாறுவேடத்திலிருந்த சேவை அடையாளம் காணத்தவறிவிட்டார், எனினும் பின்னர் சரியானது.

கியூபாவிலிருந்து முதலில் 30 பேர்கொண்ட குழுவே தான்சானியா வந்து அங்கிருந்து தாங்கானியா ஏரியைக் கடந்து கடாங்காவிற்குள் நுழைந்தது. கபிலா தலைமையில் அமைந்த கங்கோலிய "டீட்ஸி"குழுவுக்கு துணையாகவே வந்த போதும் கபிலாவைச் சந்திக்கவே சிலவாரம் காத்திருக்க வேண்டியிருந்தது. மிட்டோடி என்பவரையே பெரிதும் சார்ந்திருக்க வேண்டியிந்தது மலை முகட்டில். முகாம் அமைக்கவே நெடிய காத்திருப்பும் துயரமும் கூடியதாகியது. அங்கே வந்த சில நாட்களிலேயே காங்கோ கெரில்லா குழுக்களின் திறமையின்மை, ஒழுக்கமின்மை, திட்டமிடல் கோளாறு என அனைத்துப் பலவீனங்களும் சேவுக்கு தெரியவந்தது. தனக்கு பெரும் சவால் இருப்பதை உணர்ந்து கொண்டார்.

அதிலொன்று இந்த அத்தியாயத்தில் முதலில் குறிப்பிடப்பட்ட உரையாடல். "தாவா"அது என்ன ஆயுதம் ? விளக்கம் கேட்டார் சே. விவரம் அறிந்ததும் அதிர்ச்சியானார்.

"தாவா" என்பது பின் வருமாறு; மூலிகைச் சாறுகளும், மந்திரச் சடங்குகளுக்கான மற்ற பொருட்களும் கலக்கப்பட்ட ஒரு திரவம் போராளியின் மீது தெளிக்கப்படும். அவருடைய உடலில் சில மந்திரக் குறிகள் போடப்படும். நெற்றியில் கரிக்கோடிடுவதும் இதில் அடங்கும். இது அவரை எல்லா ஆயுதங்களிலிருந்தும் பாதுகாக்கும் என்று நம்பப்படுகிறது எதிரியும் இதே மந்திரத்தை நம்பியபோதும் கூட. ஆனால் இந்த மந்திரம் பலிக்க வேண்டுமானால் தனக்குச் சொந்தமில்லாத எந்தப் பொருளையும் தொடக்கூடாது; பெண்ணைத் தொடக்கூடாது. பாதுகாப்புப் பறிபோய்விடும் சந்தர்ப்பத்தில் கூட அச்சமடையைக் கூடாது. இதுதான் "தாவா."

மீறினால் என்னவாகும் ? காயம் பட்டாலோ, தாக்குதலுக்கு ஆளானாலோ பயந்துவிட்டார் என்றோ, எதையோ திருடினார் என்றோ, எதோ ஒரு பெண்ணுடன் உடலுறவு கொண்டாரென்றோ பொருள் கொள்ளப்படும். அவர்கள் கோழைகள், திருடர்கள், நம்பிக்கை இல்லாதவர்கள் என்று பொருள். அவர்கள் மீதே குற்றஞ் சாட்டப்படும்.

நம் நாட்டில் இருக்கிற "தாயத்து" போன்ற சமாச்சாரம்தான் இது. நல்லவேளை. இங்கு இது இராணுவத்தில் பின்பற்றப்படவில்லை; இனி இதுவும் இதுபோன்றவைகளும் இராணுவத்தில் பாகமாகிவிடுமோ ? காங்கோவை மூடநம்பிக்கையில் நாம் மிஞ்சிவிடுவோமோ ?

இந்த மூட நம்பிக்கையை சே பெரும் பிரச்சனை என்றே கருதினார். அங்குள்ளோரிடம் பேசினார். விவாதித்தார். அவர்களிடம் மூடநம்பிக்கை வலுவாக இருந்தது. அங்கு சென்றுள்ள கியூபர்கள் காயம் பட்டாலோ, இறந்தாலோ எளிதாக இந்த தாவாவைக் காட்டி பழிசுமத்தப்படலாம் அல்லவா ?

ஸ்வாஹிலி மொழியும் சேவுக்கும் அவரது படையினருக்கும் பிரச்சனையாக இருந்தது. ஏனெனில் இவர்கள் அந்த மொழியைக் கற்றபோதும்; வட்டார வழக்கு மேலோங்கி இருந்ததால் புரிந்து கொள்வதில் பெரும் சிரமம் ஏற்பட்டது. ருவாண்டாவச் சேர்ந்த பலரும் காங்கோ படையில் இருந்ததும்; அவர்களுக்கு சீனம் பயிற்சி அளித்திருந்ததும் அவர்கள் மொழியும் எல்லாம் இணைந்து செயாலாற்றுவதில் சிக்கல்களை உருவாக்கின.

அங்கே சகதோழர்களை அனுப்பி ஒற்றறிந்த போது நிலைமை இன்னும் மோசமாக இருப்பதை அறிந்தார். கமிலா உட்பட முன்னணித் தலைவர்கள் மக்களிடம் இன்னும் நம்பிக்கை பெறவில்லை. வீணாய்க் காலங்கடத்தினர். சீனப்பிரதமர் சூ என் லாய் வரவுக்கும் சந்திப்புக்கும் கபிலா காத்துக்கிடந்தார். முறையான பயிற்சி அளிப்பது குறித்து சே அனுப்பிய திட்டங்களும் ஆலோசனைகளும் கிடப்பில் போடப்பட்டன. கடைசியில் கபிலாவின் சந்திப்பு கிடைத்தது.

அந்தச் சமயத்தில் ஒரு முக்கியமான டுட்சி தலைவர் மர்மமான முறையில் ஏரியில் செத்துமிதந்தார். இதன் காரணமாக முகாமை மாற்றும்படி கபிலாவால் நிர்ப்பந்திக்கப்பட்டனர். பாதுகாப்பு கருதி அல்ல; மூடநம்பிக்கையினால்தான் என்பதை அறிய நேர்ந்தபோது சேவுக்குச் சங்கடமாக இருந்தது.

ஜூன் 20 ஆம் தேதி நீர்மின் நிலையத்தையும், இராணுவக் காப்பரண்களையும் தாக்குமாறு கபிலா ஆணை பிறப்பித்தார்.

இராணுவ ரீதியில் இது இப்போது சாத்தியமல்ல; தோல்வியில் முடியலாம் என சே கூறிய எதையும் கபிலா காதில் போட்டுக்கொள்ளவில்லை.

ஒரு மெய்யான ராணுவவீரராய் 40 கியூப படைவீரர்களுடன் டூட்ஸி போராளிகளையும் இணைத்து வியூகம் வகுத்து அனுப்பி வைத்தார். அது பெரும் தோல்வியில் முடிந்தது, காரணம் புவியியல் ரீதியான சிக்கல், ஒருங்கிணைப்பு இன்மை, பயிற்சியின்மை எல்லாம்தான். இந்தத் தோல்வி கியூப வீரர்களிடையே பெரும் சோர்வை ஏற்படுத்தியிருந்தது.

இதற்கிடையில் மே மாதத்தில் அங்குவந்து சேர்ந்த ஆஸ்மேனியோ ஒரு துயரமான செய்தியை சேவுக்கு சொன்னார். சே வின் தாயார் ஸெலியா மரணத் தருவாயில் இருப்பதாகவே கூறினார். பியூனஸ் அயர்ஸிலிருந்து தொலை பேசியில் பேசியவர்கள் கூறிய தகவல் மரண அறிவிப்பிக்கு தயார் செய்வதாகவே இருந்தது, மரணம் நிகழ்ந்தே விட்டது. கியூபாவிலிருந்து சே புறப்படுவதற்கு அம்மாவைச் சந்திக்க விரும்பினார். ஆயினும் சே சந்திக்க சந்தர்ப்பம் அமையவில்லை. காங்கோவுக்கு வரும் முன்தான் தாயாருக்கு ஒரு கடிதம் எழுதிவிட்டு வந்தார்; ஆனால் அக்கடிதமும் அவருக்கு கிடைக்கவில்லை; ஏனெனில் காஸ்ட்ரோவுக்கு சே எழுதிய கடிதம் வெளியிடப்படும் அக்டோபர் மாதம்தான் இக்கடிதமும் சேர்க்கப்பட்டது.

கியூபப் படைவீரர்கள் மத்தியிலும் சோர்வு மேலிட்டது. இதனையொட்டி சே ஒரு கடிதம் எழுதி அவர்களிடையே வாசிக்க வைத்தார். அதில் சிரமங்களை ஒப்புக் கொண்டும்; களநிலைமை சாதகமாக இல்லை என்பதைக் குறிப்பிட்டும்; தோழர்கள் பொறுமை காட்டவேண்டும்; புரட்சிகர அரசியல் உறுதியை பலப்படுத்த வேண்டும் எனக் கேட்டுக்கொண்டார்.

இந்த காலகட்டத்தில் அடுத்தடுத்து மேற்கொள்ளப்பட்ட தாக்குதல் நடவடிக்கைகளும் சோர்விலும் தோல்வியிலும் கொண்டுபோய் விட்டன.

மறுபக்கம் சே மாயமானது கியூபாவில் பெரும் சர்ச்சையானதாலும்; சர்வதேச அரங்கில் கியூபா கெரில்லாக்களை காங்கோவுக்கு அனுப்பியுள்ளதாக வந்த தகவல்களை மறுப்பதற்காகவும் சே எழுதிய கடிதத்தை காஸ்ட்ரோ பகிரங்கமாகக் கட்சிக் கூட்டத்தில் வாசித்தார்; ஊடகங்களில் வெளியானது.

அந்த நெடிய கடிதம் காவியபாங்கில் இருந்தது. ஃபிடல் என விழித்து தொடங்கப் பட்டது:

"இந்த நேரத்தில் எனக்குப் பலவிஷயங்கள் நினைவுக்கு வருகின்றன. உங்களை மரியா அண்டோனியாவின் வீட்டில் சந்தித்தது. உங்களுடன் வர நீங்கள் என்னை அழைத்தது; புறப்படத் தயாரான போது தொற்றிக் கொண்ட பரபரப்பு. இறந்து போனால் யாருக்குத் தகவல் கொடுக்க வேண்டும் என நீங்கள் கேட்டபோதுதான் உண்மை உறைத்தது; பிறகு எல்லாம் புரிந்து போனது.."

இப்படி அந்த நாளை அசை போட்டபடியே துவங்கிய கடிதம் அடுத்து மெதுவாய் மூன்றாவது பத்தியில் கூறியது முக்கியமானது..

"கட்சியின் தலைமையில் என்னுடைய எல்லா பொறுப்புகளிலிருந்தும், என்னுடைய அமைச்சர் பதவியிலிருந்தும், கமாண்டர் பொறுப்பிலிருந்தும், கியுபாவின் குடிமகன் என்ற உரிமையிலிருந்தும் விலகுகிறேன். கியுபாவுடன் சட்ட ரீதியாக எந்தத் தொடர்பும் இல்லை. ஆனால் இவற்றைப் போல் விலக்க முடியாத வேறு உறவுகள் இருக்கின்றன.அவற்றை என்னால் உதறிவிட முடியாது."

இவ்வாறு கறாராக அனைத்தையும் துறந்ததாக எழுதியது பின்னர் அவருக்கே பெரும் சிக்கல்களை உருவாக்கின.

ஏழாவது பத்தியில் ஓரிடத்தில் குறிப்பிடுவார்,

"தங்கள் மகனாக என்னை வரவேற்ற மக்களை நான் விட்டுச் செல்கிறேன். இது என் உயிரை வேதனைப் படுத்துகிறது. புதிய போர்க்களங்களுக்கு நீங்கள் கற்றுக்கொடுத்த நம்பிக்கையைக் கொண்டு செல்கிறேன்."

கியுப மண்ணையும் மக்களையும் அவரால் எப்படி மறக்க இயலும்?

ஒன்பதாவது பத்தியில்,

"நம்முடைய அரசின் வெளியுறவுக் கொள்கையோடு அடையாளங் காணப்பட்டவன் நான். எங்கிருந்தாலும் அப்படியே இருப்பேன். கியுபப் புரட்சியாளனுக்குரிய பொறுப்பை உணர்ந்தே இருக்கிறேன், அப்படியே இருப்பேன்."

இதில் அவர் கியுப அரசின் உதவியோடுதான் அரசின் ஆளாகத்தான் சென்றேன் எனச் சொல்லவில்லையே தவிர உள்ளீடாய் அச்செய்தி பொதிந்தே உள்ளது.

அடுத்து பத்தாவது பத்தியில்தான் தன் குடும்பம் பற்றிக் கூறுகிறார்,

"என்னுடைய மனைவிக்கும் குழந்தைகளுக்கும் எதையும் விட்டுச் செல்லவில்லை என்று எந்த வருத்தமும் கிடையாது. சந்தோஷம்தான். வாழ்வதற்குத் தேவையானவற்றையும் கல்வியையும் கொடுப்பதற்கு ஒரு அரசு இருக்கிறது"

எவ்வளவு நம்பிக்கை. எவ்வளவு சுயநலமின்மை. அடடா ! அதுதான் சே.

நமது காலடிகள் வெற்றியை நோக்கியே ! வெற்றி அல்லது வீரமரணம்" என கடிதத்தை நிறைவு செய்கிறார்.

இந்தக் கடிதத்தை வெளியிட வேண்டிய நிர்ப்பந்தம் காஸ்ட்ரோவுக்கும் கியூப அரசுக்கும் ஏற்பட்டது புரிந்து கொள்ளத்தக்கது. ஆனால் இதுவே காங்கோவில் எதிர்வினை ஆற்றியது.

போராட்டத் தலைமையாக சே தன் பிடிப்பைச் செலுத்தினாலும்; இக்கடிதம் அவரை அதிகாரமற்ற ஒருவர் எனக் கருத வைத்து விட்டது. மூன்றாமவர் எனும் பொருள்படும் ' டாட்டு' எனும் பெயருக்கும் அர்த்தம் கற்பிக்கலாயினர்.

காங்கோ போர்க்களத்தின் பலவீனம் மிகப் பெரிது அதனை விவரிக்கப் புகின் அதுவே நிறையப் பக்கங்களை அடைக்கும்.

கியூப வீரர்களும் ஊர் திரும்ப அவசரப்பட்டனர். ஏனெனில் சே வின் கடிதம் வெளியானது சேவுக்கும் அவர்களுக்குமான இடைவெளியை அதிகமாக்கியது. சே சொல்கிறார்;

"பொதுவாக என்னிடம் காணமுடியாத சில விஷயங்களும் அவர்களிடம் இருந்தன. குடும்பம்,நாடு, உடனடியான வாழ்க்கைச் சூழல்,போன்ற பல விஷயங்களை நான் வெளிப்படையாகவோ வெளியே சொல்லாமலோ துறந்து விட்டேன். ஆனால் ஒவ்வொருவரும் இவற்றைப் புனிதமாகக் கருதினர்." நிலைமை கையை மீறிவிட்டது.

திரும்பிச் செல்ல, நவம்பர் 20 ஆம் தேதி யுங்கா எனும் சிறு துறைமுகத்திலிருந்து ஏரியைக் கடந்து தான்சானியா செல்ல கியூபவீரர்களைக் கொண்டு சேர்த்துக் கொண்டிருந்த போது சே கூறியவரிகள் முக்கியமானவை.

"நாம் என்ன செய்ய முடியும் ?..காங்கோலியத் தலைவர்கள் அனைவரும் பின்வாங்குகிறார்கள் காஸ்ட்ரோ பெருமளவில் ஈடுபாடு காட்டவில்லை. இறுதியில் காங்கோ புரட்சிகர இயக்கத் தலைவர்கள் யுத்தத்தைக் கைவிடுவதெனத் தீர்மானித்தார்கள் கியூபர்கள் திரும்ப அழைக்கப்பட்டார்கள்..இந்த முடிவு சரிதான்.. போராட்டம் வளர்ச்சியடைவதற்கான சூழல் இப்போது நிலவவில்லை.."

இந்த இடைப்பட்ட காலத்தில் காங்கோவில் ஈடுபட்ட போர்கள் தாக்குதல்கள் சந்தித்த பிரச்சனைகள் இவற்றை இங்கே விரிவாகக் குறிப்பிடவில்லை; ஏனெனில், அந்தப் போராட்டங்களும் படிப்பினைகளும் தனி நூலாக சேவால் எழுதப்பட்டுவிட்டது. இங்கே சில செய்திகளை மட்டுமே பார்த்தோம். அதுவே நிகழ்வுப் போக்கை நமக்குச் சொல்லுமே !

போர்க்களத்தில் மடிந்தவர்கள் போக மீதமுள்ளோர் அனைவரும் தான்சானியா வழியாக நாடு திரும்பினர்.

1965 ஆம் ஆண்டு நவம்பர் மாதத்தில் தான்சானியாவில் தாருஸ் ஸ்லாமிலிருந்த கியூபத் தூதரகத்தில் சே தங்கி காங்கோ பயண அனுபவங்களை நூலாக எழுதினார். அதன் முன்னுரையில் குறிப்பிட்டார்,

"இது நிகழ்ச்சிகளின் குறிப்பு வடிவத்தில் எழுதப்பட்டிருக்கிறது. இதில் கருத்து விளக்கங்களும் பகுத்தாய்வும் கலந்து இருக்கிறது. எமது அனுபவங்களைப் பிரித்தெடுத்து மற்ற புரட்சிகர இயக்கங்களும் பயன்படுத்திக் கொள்வதற்கு இந்நூல் வாய்ப்பளிக்கிறது."

அந்நூலில் கபிலாவின் நற்பண்புகளையும் பலவீனங்களையும் சேர்த்தே பட்டியலிட்ட சே குறிப்பிட்டார், அத்துடன் எதிர்காலத் தலைவராக வரும் தகுதி கபிலாவுக்கே இருக்கிறது. அவர் தற்போது இளைஞர். தவறுகளைக் களைந்து முன்னேறுவார் என நம்பிக்கையைத் தெரிவித்தார். 1997 ஆம் ஆண்டு இதே கபிலா தலைமையிலான புரட்சி வெற்றிபெற்றது. சேவின் தீர்க்கதரிசனம் மெய்யானது.

இந்த காலகட்டத்தில், அதாவது காங்கோ புறப்படும் முன் சே அம்மாவுக்கு எழுதிய கடிதம். மிகத் தாமதமாகத்தான் அவருக்கு போய்ச் சேர்ந்தது; அதற்குள் அவர் உயிர் பிரிந்து விட்டது.

"இதுவே முடிவாகக் கூட இருக்கலாம். நான் விரும்பாவிட்டாலும் கூட, எது வேண்டுமானாலும் நடக்கலாம். உங்களைக் கடைசி முறையாகத் தழுவிக்கொள்கிறேன். உங்களை மிகவும் நேசிக்கிறேன். அதை வெளிப்படுத்த எனக்குத் தெரியவில்லை. நான் எனது செயல்களில் மிகவும் உறுதியானவன். பல சமயங்களில் நீங்கள் என்னைப் புரிந்து கொள்ளவில்லை. இருக்கட்டும். இன்று என்னை நம்புங்கள்!.. நொய்ந்துபோன என் கால்களையும். ஓய்ந்துபோன என் நுரையீரலையும் மனவலிமையால் ஒரு கலைஞனின் நுட்பத்தோடு சரி செய்து வைத்திருக்கிறேன்! என் அன்புத் தாயே, உங்களுக்குக் கீழ்படியாத இந்தத் தறுதலைப் பிள்ளையை ஏற்றுக் கொள்ளுங்கள்." என தன் தாய்க்கு எழுதிய கடிதத்தில் குறிப்பிட்டுள்ளார்.

மனைவிக்கு பொலிவியா புறப்படும்முன் எழுதிய கடிதத்தில், "பிரியமானவளே! உன்னைப் பிரிவது கஷ்டமாக இருக்கிறது. ஏகாதிபத்தியத்தை அழிக்கும் புனிதமான காரியத்திற்காக எப்போதும் தியாகங்கள் செய்ய விரும்புகிற மனிதன் என்று என்னைப் நீ புரிந்து கொள்வாய். தைரியமாக இரு! ஒரு வேளை யுத்தத்தில் நான் இறந்து போனால் எனது பிள்ளைகள் பெரியவர்களாகி எனது கடமையைத் தொடர்ந்து செய்வார்களென்று நம்புகிறேன்; காலமும் தூரமும் பிரித்தாலும் உங்களோடு இருப்பேன். எனது அன்பிற்குரிய உன்னையும் குழந்தைகளையும் பிரிய நேர்கிறதே என வருத்தப்படுகிறேன். இந்தப் போராட்டத்தில் இறக்க நேருமானால் சாகும் தறுவாயில் உன்னைப் பற்றித்தான் நினைத்துக் கொண்டிருப்பேன்." என உருகினார்.

அலெய்டாவின் இதயம் என்னபாடுப்பட்டிருக்கும்; அவரும் லட்சியவாதியே அந்த முறையில் பெருமிதம் கொள்வாரா ? குடும்பத் தலைவி என்கிற முறையில் பிரிவாற்றாமையால் துடிப்பாரா ? இரண்டின் கலவையாய் வாழ்ந்தார்; ஆகவேதான் 1998 ஆம் ஆண்டு "காங்கோ பயண நாட்குறிப்புகள் வெளியிடுவது பற்றி கபிலாவிடமும் தோழர்களிடமும் பேசியதோடு நூலுக்கு முன்னுரையும் எழுதினார். அந்த முன்னுரையில் தான்சானியாவில் கியுபத் தூதரகத்தில் தங்கி இருந்த சேவை மீண்டும் கியுபாவுக்கு அழைத்துச் செல்ல காஸ்ட்ரோ எடுத்த பெரும் முயற்சிகளை கடிதங்களைக் குறிப்பிடுகிறார்.

தன் பிள்ளைகள் ஹில்டிடா, அலெய்டா, காமிலா, சிலியா,எர்ன்ஸ்டோ ஆகியோருக்கு மொத்தமாகவும்; முதல் மனைவியின் மகள் என்ற முறையில் ஹில்டிடாவுக்குத் தனியாகவும் எழுதிய கடிதங்களில் அவர்கள் நன்கு படிக்க வேண்டும் என்டதோடு புரட்சிக்காரர்களாய் வரவேண்டும் என்கிற விருப்பத்தையும் சேர்த்தே வெளியிட்டார். புரட்சி என்பது அவர் ரத்தத்தோடும் நரம்போடும் பின்னிப் பிணைந்தது. அவர்களை ஆரத்தழுவி முத்தமிடுவதாகக் கடிதத்தில் எழுதினார். ஆனால் அதன் பிறகு பிள்ளைகளுக்கு அந்த வாய்ப்பு கிடைக்கவே இல்லை.

1965ல் தான்சானியா சென்ற சே 1966 ஆம் ஆண்டு. டுபனைப் பெயரில் போலி கடவுச்சீட்டில்தான்செக்கோஸ்லேவேகிய தலைநகர் ப்ராக் நகரம். பின்னர் பொலிவியாவில் போராடப் போகிற கெரில்லா படைக்கு பயிற்சி அளிக்க கியுபா திரும்பினார். காஸ்ட்ரோவின் வேண்டுகோளும் அநீதியைச் சகித்துக் கொள்ளாது போராடும் உணர்வும் அவரை உந்தித்தள்ளியது. அதே ஆண்டு மே மாதம் பொலிவியாவுக்கு புறப்பட்டார்.

"யாங்கீ [கழுகு அமெரிக்க சின்னம் என்பதால் இப்படிக் குறிப்பிடப்படுகிறது] ஏகாதிபத்தியத்தின் வாயிலில் அமைந்துள்ள ஒரேயொரு கோட்டையாகிய எமது நாடு கியூபா ஒரு தொலை தூரக் கண்டத்தில் உள்ள ஒரு அந்நிய நாட்டில் [காங்கோ] போர் புரிந்து மரணமடைவதற்குத் தனது வீரர்களை அனுப்புகிறது. தனது செயல்களுக்கான முழுப்பொறுப்பையும் தானே ஏற்றுக்கொள்கிறது. இந்த சவால்தான் யாங்கீ ஏகாதிபத்தியத்திற்கு எதிரான ஓய்வொழிச்சலற்ற போராட்டம் என்னும் மாபெரும் தற்காலப்பிரச்சனையில் மேற்கொள்ளப்பட்ட தெளிவான இந்த நிலைபாடுதான். காங்கோ போராட்டத்தில் நாங்கள் பங்கேற்பதற்கான வீரஞ்செறிந்த முக்கியத்துவத்தை வரையறுக்கும் முக்கியகாரணியாகும்"

இவை காங்கோப் பயண நாட்குறிப்புகள் நூலுக்கு சே எழுதிய முன்னுரையில் சொன்னவை.

இவர் மனைவி அலெய்டா என்ன கருதினார். சே வின் இறப்புக்குப் பிறகு நிகழ்வுகள் நடந்து 30 ஆண்டுகளுக்குப் பின் வெளியான இதே நூலின் முகவுரையில் அலெய்டா அசை போடுகிறார் :

"உலகின் பிற பகுதிகளில் நடைபெறும் போராட்டத்தை தொடரவேண்டும் என்ற தன் விருப்பத்தை சே எப்போதும் வெளிப்படுத்திவந்துள்ளார். தொழில் ரீதியாக மருத்துவராக, செயல்முறையில் கெரில்லாவாகவும் விளங்கிய அவர்;மனிதன் மீது வாழ்க்கை விதித்துள்ள எல்லைகளையும், கெரில்லா போர்முறை போன்ற கடினமான நடவடிக்கைக்கு மனிதன் செய்ய வேண்டிய தியாகங்களையும் நன்கு அறிந்தவர். எனவே, சாத்தியமான யதார்த்த நிலைமைகளில் தனது கனவுகளை நனவாக்க வேண்டும் என்று அவர் ஏங்கினார். இதனைப் புரிந்து கொள்வது எளிது.அவருடைய ஆழமான பொறுப்புணர்வும், அரசியல் முதிர்ச்சியையும் நாம் அறிவோம். அதேபோல் போராட்டத்தைத் தொடருவதற்கு அவர் மீது நம்பிக்கை கொண்ட தோழர்கள் மீது அவருக்கு இருந்த அன்பையும் நாம் அறிவோம்"

இதுவல்லவோ லட்சியக் காதல்; காதலிருவர் கருத்தொருமித்தால் எந்தச் சவாலையும் எதிர்கொள்ள எந்தத் தியாகத்தையும் செய்வது இயல்பாகும்.. இனிமையாகும்... சேவுக்கு அது வாய்த்தது.

மீண்டும் அதே உள்ளுணர்வுடன் பொலிவியாவுக்கு சே செல்கிறார் எனில்.. இந்த நெருப்புக் கங்குக்கு ஏது உறக்கம்?

9

அவிழ்க்கப் படாமலிருக்கும் மர்ம முடிச்சுகள்

... ஹவானாவிலிருந்து பொலியாவிற்குக் கிளம்புவதற்கு முன் அவரது மனைவியையும் குழந்தைகளையும் சே ஒரு முறை சந்தித்தார். அலெய்டாவிடமிருந்தும் குழந்தைகளிடமிருந்தும் விடைபெற்றுக் கொண்டார். வழுக்கைத் தலையுடன், பருமனான, கிட்டப்பார்வையுடைய, ராமோன் எனும் பெயர் கொண்ட உருகுவே நாட்டு மேட்டுக்குடியினரைப்போல் மாறுவேடம் பூண்டிருந்த சே, அப்போது தான் யாரென்று காட்டிக்கொள்ளாமலே தனது மகள்களுடன் ஒரு விருந்தில் கலந்து கொண்டார்.

அன்று தம்மோடு மகிழ்ந்து உறவாடி விருந்துண்டு பிரிந்தவர் தனது தந்தை சே குவேரா என்பதை அவரது மரணத்திறகுப் பிறகே குழந்தைகள் தெரிந்து கொண்டனர். அந்த நொடியில் அவர்கள் உள்ளம் எவ்வளவு துடி துடித்திருக்கும் ? கடைசியாய் அப்பாவை சந்தித்த வேளையில் கூட ஆசையோடு அப்பா என்றழைக்கவோ.. அன்போடு அணைத்து முத்தமிடவோ வாய்க்கவில்லையே என்கிற மனக்காயத்தை யாரால் ஆற்ற இயலும் ?அன்போடு ஆரத்தழுவுவதாக சே மனைவிகளுக்கும் பிள்ளைகளுக்கும் எழுதிய கடிதத்தை முன் அத்தியாயத்தில் பார்த்தோம்.. ஆனால் மீண்டும் அது வாய்க்கவே இல்லை..

பொலியாவுக்கு சே புறப்படும் முன் எங்கெங்கு போனார்? என்ன செய்தார் ? ஏன் ?பொலிவியாவுக்குச் செல்ல முடிவெடுத்தார்? எப்போது புறப்பட்டார். இது போன்ற பலகேள்விகளுக்கு பலவேறு முரண்பட்ட பதில்களும்; தகவல்களுமே நமக்குக் கிடைக்கின்றன.

பொலிவியாவில் ஏற்கெனவே கியூபர்கள் ஆதரவுடன் ஒரு கெரில்லாக் குழு இருந்தது ஆயினும் பொலிவியக் கம்யூனிஸ்ட் கட்சியின் விவகாரங்களில் சே ஒரு போதும் தலையிட்டதில்லை என அரசியல் ஆய்வாளர்கள் உறுதி செய்ததுடன், அதன் பின்னர் சே தலைமையில் ஏன் கெரில்லா குழு அனுப்பப்பட்டது என்பதற்கு விதவிதமான வியாக்கியானங்கள் அளிக்கின்றனர்.

பெரு, அர்ஜெண்டினா, வெனிசுலா, குவாதமாலா, கொலம்பியா போன்ற நாடுகளில் முயன்றதைப் போல கெரில்லாப் படைத்தளத்தை பொலிவியாவில் இதற்கு முன் கியூபா அமைத்ததில்லை. இன்னும் சொல்லப்போனால், பொலிவிய கம்யூனிஸ்ட் தலைவர் மரியோ மோன்ஞ்சேவுடன் நடைபெற்ற உரையாடலில் ஃபிடல் சொன்ன வரிகளே இதற்கு சாட்சியாகும்;

"உங்களுக்காககவும் பொலிவியாவிற்காகவும் நான் மிகவும் வருந்துகிறேன்; ஏனெனில், அங்கு கெரில்லாப் போராட்டத்தை நடத்துவது கடினமானது. உங்கள் நாட்டின் அனைத்துப் பகுதிகளிலும் மற்றநாடுகள் பிரேசில், உருகுவே, அர்ஜெண்டினா, சிலி, பெரு என ஐந்து லத்தின் அமெரிக்க நாடுகள் சூழ்ந்துள்ளன ஏற்கெனவே உங்கள் நாட்டில் நிலச்சீர்திருத்தம் நடைபெற்றுள்ளது. எனவே மற்ற நாடுகளிலுள்ள புரட்சிகர இயக்கங்களுக்கு உதவுவதுதான் உங்களுக்கு விதிக்கப்பட்டுள்ள பணியாகும். விடுதலை பெறும் கடைசிநாடாக இருக்கப் போவது பொலிவியாதான். பொலிவியாவில் கெரில்லாப் போராட்டம் சாத்தியமில்லை"

இப்படி உறுதியாகச் சொன்ன ஃபிடல் காஸ்ட்ரோ பின்னர் மாற்றிக் கொண்டது ஏன் ? வரலாற்றை இன்னும் ஆழமாக ஊடுருவித்தான் இதற்கு விடை காண முடியும் ?

தான்சானியாவில் தாருஸ் ஸ்லாமிலுள்ள கியூபத் தூதரகத்தில் சே தங்கி இருந்த போது; அவர் மனைவி அலெய்டா சந்தித்தார். சில நாட்கள் அவரோடு மகிழ்ச்சியாய்ப் பொழுதைக் கழித்தார். தங்கள் குழந்தைகளின் எதிர்காலம் குறித்து விவாதித்தனர்; அத்துடன் சே கியூபா திரும்பி அடுத்த களத்துக்குத் தயாராக வேண்டும் என அலெய்டா வற்புறுத்தினார். அது காஸ்ட்ரோவின் விருப்பம் என எடுத்துக்கூறினார். தன்னுடன் காஸ்ட்ரோ இது பற்றிப் பேசியதை விவரித்தார்.

சேவின் விருப்பமும் நோக்கமும் பியூனஸ் அயர்ஸ் திரும்பி தான் பிறந்த அர்ஜெண்டினாவில் கெரில்லா யுத்தம் நடத்த வேண்டும் அங்கு புரட்சியை தூண்ட வேண்டும்; இதுவே அவரை ஓயாது அலைக்கழித்துக் கொண்டிருந்த கவலை. ஆனால் அர்ஜெண்டினக் கம்யூனிஸ்ட் கட்சியோ பிற குழுக்களோ இதற்குத் தயார் இல்லை. மேலும் அரசியல் சூழலும் உகந்ததாக இல்லை.

சேவக் கட்டிப்போட இயலாது; குறைந்த பட்சம் அவர் கவனத்தை வேறு இடத்தில் செலுத்தச் செய்யவேண்டும். சேவின் உயிரைப் பாதுகாக்க இப்போது அர்ஜெண்டினா போவது உகந்தல்ல என காஸ்ட்ரோ கருதினார். இதுவே காஸ்ட்ரோ முன்னால் இருந்த சவால். வெனிசுலாவோ,பெருவோ கெரில்லா

யுத்தத்துக்கு அப்போது தயார் இல்லை. லத்தின் அமெரிக்க நாடுகளில் கியூபாவுக்கு வெளியே ஒரு நாட்டிலாவது புரட்சி நெருப்பைப் பற்றவைத்தால் அது கடைசியில் லத்தின் அமெரிக்கா முழுவதும் பற்றிக்கொள்ளும் என்பது இருவரின் கனவுமாகும். இன்னொரு வியத்நாமாக லத்தின் அமெரிக்கா எழ வேண்டும் என்கிற அடங்கா ஆர்வமே பொலிவியாவுக்கு சேவைக் கொண்டு சேர்த்தது என்பது மிகையாகாது. இதில் சே மற்றும் காஸ்ட்ரோ இணைந்தே முடிவெடுத்தனர் என்கிற உண்மையை பொதுவாக மறைத்துவிட்டு, சேவுக்கு எதிராக ஃபிடலை நிறுத்துகிற போக்கு அரசியல் மற்றும் வரலாற்று ஆய்வாளர் ஒரு பகுதியினரிடம் நிலவுகிறது.

காங்கோ அனுபவத்தில் பாடம் கற்றுக்கொண்ட சே இம்முறை கெரில்லா குழுவுக்கு வீரர்களைத் தேர்வுசெய்வதிலும், பயிற்சி அளிப்பதிலும் தனிக் கவனம் செலுத்தினார். ஃபிடல் காஸ்ட்ரோவின் பிறந்த நாளான ஆகஸ்ட் 13 பயிற்சி தொடங்கியது. சே சில கறாரான விதிகளைப் பிறப்பித்தார் : எல்லோரும் தங்கள் பதவிகளை மறந்துவிடவேண்டும் ஏனெனில், பொலிவியாவில் எல்லோரும் வெறும் காலாட்படையினராகவே இருப்பார்கள். விடியற்காலை ஐந்து மணிக்கு எழுப்புதல் மணி அடிக்கும். ஆறு மணிக்கு துப்பாக்கி சுடும் பயிற்சி. 11 மணிக்கு ஓய்வு. அதன் பிறகு 20 கிலோ முதுகுச் சுமையுடன் அருகிலுள்ள மலைகளில் 12 கி.மீ தூரம் அதிவேக நடைப் பயிற்சி. அதன் பின்னர் சற்று ஓய்வு. அப்புறம் மொழி, வரலாறு, பண்பாடு, கணிதம் உள்ளிட்ட வகுப்புகள். பொதுவாக லத்தின் அமெரிக்கா முழுவதும் ஸ்பானிஷ் மொழி பேசப்படினும். ஒவ்வொரு நாட்டிலும் சில தனித்துவ மொழிகள் உண்டு. ஆப்பிரிக்க நாடான காங்கோவில் தன் குழுவினருக்கு ஸ்வாலிகா மொழியைக் கற்றுக் கொடுத்தது போல் பொலிவியா செல்லும் குழுவுக்கு அவர்களின் சுதேசி மொழியான 'குவெச்சா' மொழியைக் கற்றுக் கொள்ள ஏற்பாடு செய்தார். சேவும் ஸ்பானிஷ், ஸ்வாலிகா, குவெச்சா, ஆங்கிலம். பிரெஞ்ச் என பல மொழிகளில் பேசினார். அப்படியிருந்தும் தன் பயணக் குறிப்புகளில் ஒவ்வொரு பிராந்தியத்திலும் அவர்கள் பேசும் மொழி தெரியாமல் உரையாட சிரமப்பட்டதைப் பதிவு செய்திருப்பார். கெரில்லா போராளிகள் உள்ளூர் மொழியை பேசாவிடில், மக்களோடு கலப்பது இயலாது. எனவே, உள்ளூர் மொழியைக் கற்கச் சிறப்புக் கவனம் செலுத்தினார். அரசியல் மற்றும் இராணுவப் புலமையோடு உள்ளூர் மக்களோடு நண்பனாகப் பழகும் கெரில்லாக்களே களத்தில் நிற்க முடியும். இதுவும் காங்கோ அவருக்கு கற்றுக்கொடுத்த அனுபவமே. இதற்கேற்ப, இப்போது கெரில்லாக்களுக்கு கடும் பயிற்சி அளித்தார்.

ஒவ்வொரு போராளிக்காகவும் கியூபா பத்தாயிரம் டாலர்களைச் செலவு செய்கிறது. பொலிவியா போராட்டம் மரணப் போராட்டமாக இருக்கும். ஐந்தாண்டுகள் வரை நீடிக்கலாம். என அனைத்தையும் பயிற்சியின் போதே தெரிவித்தனர். ஆக, ஒரு முடிவோடுதான் சேவும் இதரர்களும் களத்துக்குச் சென்றனர் என்பதே உண்மை. மரணத்தை பொலிவிய மண்ணில் எதிர்கொள்ள நேரலாம் என்பதை எதிர்பார்த்தே ஒரு சர்வதேச சகோதரத்துவக் கடமை ஆற்றக் கிளம்பினார்.

"சே பயணக்குறிப்புகளை தான்சானியாவில் தங்கி ஒழுங்குபடுத்திய பின் செக்கோஸ்லேவேகியாவின்ப்ராக் நகருக்குப் போய் அங்கிருந்து ஹவானவுக்கு வந்து கெரில்லாக்களை தயார் செய்துவிட்டு பின் பொலிவியா போனதாக" ரிச்சர்ட் கோட் என்பவர் காங்கோ பயண நாட்குறிப்புகளுக்கு எழுதிய அறிமுக உரையில் குறிப்பிடுகிறார். ஆனால் சே வாழ்க்கை வரலாற்றை எழுதிய ஜோர்ஜ் ஜி காஸ்நாடா வேறுமாதிரியாகச் சொல்கிறார்; "1966 அக்டோபர் 23 ஆம் தேதி சே தனது பயணத் தோழரான பாச்சுங் கோவுடன் ஹவானாவிலிருந்து மாஸ்கோவுக்கு விமானத்தில் சென்றார். அங்கிருந்து ப்ராக்குக்கு சென்றார்; அங்கிருந்து புகை வண்டியில் வியன்னா, ஃப்ராங்க்ஃபர்ட்,பாரீஸ் நகரங்களுக்குச் சென்றார். அங்கிருந்து மாட்ரிட், சாவ் பாலோ ஆகிய நகரங்களுக்கும்; இறுதியாக பொலிவியா பிரேசில் எல்லையில் அமைந்த கொரும்புகுக்கும் சென்றார்." ஆக, இறுதியில் பொலிவியா வந்து சேர்ந்தார் என்பதுதான் சேதி.

அங்கே பாப்பி, ரெனான், மாண்டெரோ, ஜோர்ஜ் வாச்குவேஸ் வியானா என்ற பிகோடேஸ் ஆகியோர் சந்தித்தார்கள். அந்த நவம்பர் 7 ஆம் தேதி குறித்து தன் நாட்குறிப்பில் சே எழுதியுள்ளார்;

"நவம்பர் 7 : இன்றைக்கு ஒரு புதிய அத்தியாயம் தொடங்குகிறது, நாங்கள் இரவில் பண்ணைக்கு வந்து சேர்ந்தோம். பயணம் இனிதே அமைந்தது. மாறுவேடமணிந்து நானும் பசுங்கோவும் கோசாம்பில் இறங்கி ஒரு சிலரைத் தொடர்பு கொண்டுவிட்டு இரண்டு ஜீப்புகளில் இரண்டுநாட்கள் பயணம் செய்தோம்.

பக்கத்துப் பண்ணையான பின்கால்ப் பண்ணையில் உரிமயாளரான அல்கரானாஸுக்கு சந்தேகம் ஏற்படாதவகையில் பண்ணையில் இருப்போருக்கு சந்தேகம் ஏற்படாத வகையில் சற்று தூரத்தில் ஜீப்பை நிறுத்திவிட்டு ஒரே வண்டியில் பயணம் செய்தோம். நாங்கள் ஏதோ போதைமருந்து தயாரிப்பில் இருப்பதாக அவர் முணுமுணுத்தார். ஆச்சரியமாக எங்கள் குழுவிலுள்ள துமைனி

என்பவர்தான் எங்கள் ரசாயன நிபுணர் என்று நினைத்தார். எங்களது இரண்டாவது பயணத்தின் போது, பண்ணைக்குப் போகும் வழியில் என்னை அடையாளம் கண்டு கொண்டார் பிகோடேஸ். அவர் ஜீப்பைச் சாக்கடை ஓரமாக ஓட்டிச் சென்றார். கிட்டத்தட்ட ஜீப் வெளியே தொங்கிக் கொண்டிருக்கும்படி ஆகிவிட்டது. நாங்கள் இருபது கிலோ மீட்டர் நடந்து சென்று நள்ளிரவில் பண்ணையை அடைந்தோம். அங்கே பொலிவிய கம்யூனிஸ்ட் கட்சியைச் சேர்ந்த மூன்று ஊழியர்கள் இருந்தனர்; அபோலினார், செராபியா மற்றும் லியான் ஆகியோராவர்.

கட்சி என்ன செய்தாலும் பிகோடேஸ் எங்களுடன் வேலைசெய்யத் தயாராய் இருந்தார். ஆனாலும் அவர் மிகுந்த மரியாதை வைத்திருந்தவரும் அவரால் நேசிக்கப்பட்டவருமான மோஞ் சேயிடம் விசுவாசமாக இருக்கிறார். அவரைப் பொறுத்தவரை, ரோடோல்ஃபோவும், கோக்கோவும் இதே எண்ணத்தில்தான் இருக்கிறார்கள். இந்தப் போராட்டத்தில் கட்சியையும் ஈடுபடுத்த வேண்டும் என்றார். "பல்கேரியாவிற்குச் சென்றுள்ள மோஞ்சே திரும்பிவரும் வரையில் இதைப் பற்றி கட்சியிடம் எதுவும் பேசவேண்டாம்" என்று கேட்டுக்கொண்டேன். அந்த இரண்டு விஷயங்களிலும் அவர் என்னுடன் ஒத்துழைத்தார் என்கிறார் சே.

இந்த முதல் நாள் அனுபவத்துள் நுட்பமான அரசியல் ஒளிந்துள்ளது. ஆம். பொலிவிய கம்யூனிஸ்ட் கட்சி இந்த கெரில்லா போராட்டத்தை உடன் இணைந்து நடத்துமா என்கிற பெருங்கேள்வியை இக்குறிப்பு சொல்லாமல் சொல்கிறதோ !

1966 டிசம்பர் 31 ஆம் தேதி சேவுக்கும் மோஞ்சேவுக்கும் நடைபெற்ற உரையாடல், ஒரு தவறின் தொடக்கம் அல்லது தவறாகப் புரிந்து கொள்ளப்பட்டதின் முக்கியக் கண்ணியை அடையாளம் காட்டியது. [ஆதாரம்: மோஞ்சே நேர்காணல்; ஜோர்ஜ் ஜி காஸ்நாடா]

"சே : அழகான கண்ணியமான விதத்தில் நான் கியூபாவைவிட்டு வெளியேறினேன் என்பது உங்களுக்குத் தெரியும். நான் திரும்பி வரவேண்டும் என சே பலமுறை வற்புறுத்தினார். ஆனால், ஏதாவது ஒரு வழியைக் கண்டறிய முயன்றவாறு செக்கோஸ்லேவேக்கியாவிலிருந்த வீட்டில் அடைபட்டுக் கிடந்தேன். என்னால் கியூபாவுக்கு திரும்பிப் போக முடியவில்லை. அங்கே என் முகத்தைக் காட்ட என்னால் முடியாது. என்னால் கியூபாவுக்குத் திரும்பிச் செல்லவே முடியாது.

மோஞ்சே : எங்கள் நாடுதான் அதற்குத் தீர்வா ? நீங்கள் இங்கே பொறியில் சிக்கிக் கொண்டீர்கள்.."

இந்த உரையாடலில்தான் மீண்டும் கியூபா செல்ல முடியாது என்கிற அர்த்தம் தொனிக்க சே பேசியிருக்கலாம். ' பொறியில் சிக்கிக் கொண்டோர்கள்' என்பதை மோஞ்சே என்ன அர்த்தத்தில் சொன்னாரோ தெரியாது, ஆனால் இந்த வார்த்தைகளுக்கு ஆளுக்கு ஆள் புதுப்புது கதை சொல்லிக் கொண்டே இருக்க முடியும் அல்லவா ? சேவின் விடைபெறும் கடிதம் போல இதுவும் பல சேதிகளைப் புரட்டிப் போட்டிருக்கிறது.

அதே சமயம் பொலிவியாவிற்கு கியூபக் கெரில்லாக்கள் வரவேண்டாமென மோஞ்சேவோ அவரது கம்யூனிஸ்ட் கட்சியும் ஒரு போதும் தெளிவாகவும் கறாரகவும் சொல்லியிருக்கவில்லை; அதேபோல் சே வருவது பொலிவியாவில் முகாம் அமைத்து அர்ஜென்டினா செல்லத்தான் என்கிற நம்பிக்கையை ஃபிடல் காஸ்ட்ரோ கொடுக்கவும் இல்லை; ஆயினும், அப்படி மோஞ்சே புரிந்து கொள்ளும்படியான சூழல் எப்படி உருவானது ? இவை எல்லாம் மாறிமாறி இனி வியாக்கியானம் செய்ய உதவுமே தவிர; வேறென்ன ?

கெரில்லா முகாமில் இரு மரங்களிடையே கட்டப்பட்ட வலைத் தொட்டியில் படுத்தபடி ஒரு கையில் புத்தகத்தைப் பிடித்தபடி. சே தனது வழக்கமான சுருட்டை கம்பீரமாகப் புகைத்துக் கொண்டிருந்தார். சே சுருட்டு குடிக்கும் புகைப்படம் புகழ்பெற்றது. சே சதா சுருட்டு புகைத்துக் கொண்டிருப்பார். அவர் தன்னை வறுத்தெடுக்கும் கடுமையான ஆஸ்த்மாவிலிருந்து சற்று நிவாரணம் பெற ஒரு விதமான மூலிகை கலந்த சுருட்டை புகைப்பதென்பது. அது சிறுவயதிலேயே தொடங்கிய பழக்கம். இங்கே ஒரு செய்தியை வலியச் சொல்வதில் பிழையில்லை. எனது [சு.பொ.அ] ஆச்சி கடுமையான ஆஸ்த்துமா நோயாளி அவர் கரு உளமத்தம் பூவைக் காயவைத்து வாட்டப்பட்ட புகையிலையோடு சுருட்டி ஒரு வித சுருட்டு செய்து பிடிப்பார்; இது குமரி மாவட்டப் பழக்கம். அவர் கிட்டத்தட்ட எண்பது வயதுவரை இந்தப் பழக்கத்தோடு ஆஸ்த்துமாமைச் சமாளித்து வாழ்ந்தார். சே விடமும் அப்படி ஏதேனும் இருந்திருக்கும் என யூகிக்க முடிகிறது. அந்த சுருட்டின் விசித்திரமான வாசனை குறித்து கலிகரும் ஆல்பர்ட்டோவும் பலமுறை கூறியிருக்கின்றனர்.

தன்னிடமிருந்து பிரிக்க முடியாத இந்த சுருட்டுப் பழக்கத்தையும் புத்தகம் படிக்கும் பழக்கத்தையும் காங்கோவில் கைவிட்டுவிட்டதாக சே கூறினார். ஆனால் காங்கோவிலிருந்து வெளியேறிய பின் மீண்டும் இவ்விரண்டும் அவரைத் தொற்றிக் கொண்டன. சே நூல்களைப் படிப்பதில் அளவற்ற ஆர்வத்தைக் காட்டியதை

அவரோடு களத்தில் நின்ற நண்பர்கள், தோழர்கள் ஒவ்வொருவரும் நினைவு கூர்கின்றனர்.

1968 ஆம் ஆண்டு சே குவேராவின் "பொலிவியன் டைரி" வெளிவந்த போது "அவசியமான முன்னுரை" என்ற தலைப்பில் ஃபிடல் காஸ்ட்ரோ எழுதிய முன்னுரை கொஞ்சம் மர்ம முடிச்சுகளை அவிழ்த்தன எனில் மிகை அல்ல;

"மரியோ மோஞ்சே வுக்கு கொரில்லாப் போரில் மட்டுமல்ல; வேறு எந்தப் போரிலும் அனுபவமில்லை. அவர் தன்னைக் கம்யூனிஸ்ட் என்று சொல்லிக் கொள்ளும் போதாவது, பொலிவியாவின் முதல் சுதந்திரத்திற்கு பாடுபட்டவர்கள் போல மற்றவர்கள் மேல் ஆதிக்கம் செலுத்தும் மனப்பாங்கை மாற்றிக் கொண்டிருக்க வேண்டும்."

அடுத்து காஸ்ட்ரோவின் குற்றச்சாட்டு மிக முக்கியமானது;

"பொலிவியாவும் அதன் சரித்திரப் புகழ் பெற்ற சுக்ரேயும்,நாட்டின் விடுதலைக்காக போராடிய சைமன் போலிவார் மற்றும் அண்டோனியா ஜோஸ் டெ சுக்ரே ஆகியோர்களுடைய பெயர்களைத் தாங்கி நிற்கின்றன. ஆனால் அவர்கள் இருவரும் வெனிசுலா நாட்டைச் சேர்ந்தவர்கள். மேலும் இந்த நாட்டில் மக்கள் விடுதலைப் போராட்டம் நடக்கும் போது; பொலிவிய கம்யூனிஸ்ட் கட்சிக்கு, அரசியல் மற்றும் இராணுவத் திறமைகள் கொண்ட ஒரு மாமனிதருடைய ஒத்துழைப்பை ஏற்றுக்கொள்ளும் அரிய வாய்ப்பு இருந்தது. அவருடைய குறிக்கோள் நாட்டின் எல்லைகளைத் தாண்டியதாகவும் குறுகிய மனப்பான்மை இல்லாமலும் இருந்தது. ஆனாலும், மரியோ மோஞ்சே. சிறிதும் நியாயமில்லாமலும், வேடிக்கையாகவும் தனக்குத்தான் தலைமை வேண்டும் என்றார்."

1966 டிசம்பர் 31 அன்று எழுதிய குறிப்பில் மோஞ்சேவுடன் நடத்திய பேச்சுவார்த்தை குறித்த விவரங்கள் உள்ளன; அதில் மோஞ்சேவின் மூன்று நிபந்தனைகளைக் குறித்துள்ளார். இவை நாம் மேலே குறிப்பிட்ட சேவின் வார்த்தைகளை மெய்ப்பிக்கிறது. அதில் ஓரிடத்தில் எழுதியுள்ளார், "இராணுவத் தலைவராக நான் தான் இருக்க வேண்டும். இதில் எந்தக் குழப்பமும் ஏற்க முடியாது. இந்த இடத்தில் எங்கள் விவாதம் எந்த முடிவுக்கும் வராமல் சுற்றிச் சுற்றி வந்தது."

பொலிவியாவில் இதற்குமுன் எந்த கெரில்லா குழு ஏதும் இல்லாத நிலையில், போராட்டக் குழுக்கள் இல்லாத நிலையில் முழுக்க முழுக்க கியூபர்களே முன்னணியிலிருந்து போராட வேண்டியிருந்த நிலையில் 1956 ல் டொமினிக்கன் குடியரசில் நடைபெற்ற

இத்தகைய ஊடுருவல் இரத்தவெள்ளத்தில் மூழ்கடிக்கப்பட்ட வரலாற்று அனுபவம் இருக்கும் சூழலில் பொலிவியாவில் தானே இராணுவ வழிகாட்டுதலுக்கு பொறுப்பேற்பது என்கிற சே முடிவு தர்க்கரீதியாகச் சரியானது. அரசியல் தலைமை பொலிவியரிடம் இருக்கட்டும்; ஆனால் இராணுவம் தன் பிடிக்குள்ளேதான் இருக்கும் என சே பின்னர் சமரசம் கலந்து உறுதிகாட்டினார். மோன்சே உடன்படாதது பெரும் பிரச்சனையே. இதனை சேவின் அரசியல் பக்குவமின்மை எனக் கருதும் அரசியல் விமர்சகர்களும் உண்டு.

இது இப்படி முறுக்கிக் கொண்டிருந்தபோதும் களப்போர் தொடங்கிவிட்டது. களம் எப்படி இருந்தது. களஅனுபவம் என்ன? சேவின் நாட்குறிப்புகள் 1966 நவம்பர் 7 தொடங்கி 1967 அக்டோபர்

வரை 335 நாட்களின் நிகழ்வுகளையும் அனுபவங்களையும் தேதிவாரியாகத் துல்லியமாகத் தருகிறது. சந்தித்த சிரமங்கள் சில;

1967 பிப்ரவரி 23 : எனக்கு ஒரு மோசமான நாள். எனக்கு மிகக் களைப்பாக இருந்தது. ஆனால் மன உறுதியால் மட்டுமே எல்லா வேலையும் செய்ய முடிந்தது... பாறையைப் பிளக்கும் கொளுத்தும் வெயிலில் நண்பகல் புறப்பட்டோம். சிறிது நேரம் கழித்து அங்குள்ள மலைகளிலே மிக அதிகமான உயரமான மலை உச்சியை அடைந்த போது எனக்கு மயக்கம் வரும்போல் இருந்தது. அதற்குப்பின் என் உறுதியால் மட்டுமே நடந்தேன்....

1967 ஆகஸ்ட் 28 : ஒரு மனச்சோர்வான நாள். காராகோரே எனும் ஒரு வகைச் செடியைச் சாப்பிட்டுத் தண்ணீர் தாகம் அடக்கினோம். அந்தச் செடி உள்ளே தண்ணீரைச் சேமித்து வைத்திருக்கும். மிகுவெல்,பாப்லிடோவை தண்ணீர் கண்டு பிடிக்க, ஒரு சிறு ரிவால்வருடன் அனுப்பினார். அவர் மாலை 4 : 30 வரை வரவில்லையாதலால் கோக்கோவையும் அனிசெடாவையும் அவரைத் தேட அனுப்பினேன். அவர்கள் யாரும் இரவுவரை திரும்பிவரவில்லை. பின்னணிப் படையினர் கீழ்ப்பக்கம் தங்கிவிட்டனர். அங்கே ரேடியோ கேட்க முடியவில்லை. ஏதோ ஒரு புதுச் செய்தி இருப்பது போல் தெரிகிறது. எங்களுடன் இரண்டு மாதங்களாக இருந்த ஒரு பெண்குதிரையை இறைச்சிக்காகக் கொல்லவேண்டியதாயிற்று. அதைக் காப்பாற்ற எவ்வளவோ முயற்சி எடுத்தேன். ஆனால் பசி தாங்க முடியவில்லை. இப்போது தாகம் மட்டும்தான் இருக்கிறது. நாளைக்குக் கூட தண்ணீர் கிடைக்குமா? தெரியவில்லை.

1967 செப்டம்பர் 10 : மோசமான நாள். கரடுமுரடான பாதையில் செல்ல மிருகங்கள் மறுத்தன. ஒரு ஆண் கோவேறுக் கழுதை சண்டித்தனம் செய்து படுத்தே விட்டது. அதனால் அதை அங்கேயே விட்டுவிட்டோம். நதியிலும் வெள்ளம் அதிகமாக இருந்ததால் கோக்கோ இந்த முடிவை எடுத்தார். நான்கு ஆயுதங்களும் அங்கேயே விடப்பட்டன. கெரில்லாகளுக்கு ஆயுதம் சேகரிப்பதே பெரும்சிரமம் அதிலும் உள்ள ஆயுதத்தையும் விட்டுச்செல்லவேண்டிய சூழல் கடுமையானதாகும்] மோரோவின் துப்பாக்கியும், பெனிக்கோவின் டாங்கைத் தாக்கும் ஏழுகணைகள் மூன்றும் அங்கேயே விடப்பட்டன. நான் [சே] ஒரு கோவேறுக் கழுதையுடன் நீந்திச் சென்றேன். இதில் என்னுடைய ஷூக்கள் கீழே விழுந்துவிட்டன. இனி செருப்பு தான் அணிய வேண்டும். அவ்வளவு விருப்பமான விஷயமல்ல. நாட்டோ தனது துணிகளில் ஆயுதத்தைச் சுற்றி அதை நீர்புகாத ஒரு துணியில் சுற்றிக்கொண்டு நதியில் குதித்தார். ஆனால் குதித்த இடத்தில் நீரின் வேகம் அதிகமாக இருந்ததால் எல்லாப்

பொருட்களும் தவறிப் போயின. இன்னொரு கோவேறுக் கழுதை நீரில் நீந்தத் தவறியதால் அதனைப் பின்னால் இழுத்துவிட்டோம். லியான் அந்தக் கழுதையைப் பிடித்துக் கொண்டு கடக்க முயன்று நீரில் மூழ்கும் அளவுக்குப் போய்விட்டார். எப்படியோ நாங்கள் அடைய வேண்டிய நீரோடைப் பக்கம் போனோம்.

1997 செப்டம்பர் 11 : "நான் சே இறந்து சில காலம் ஆகிவிட்டது" என பொலிவிய அதிபர் பாரியண்டோஸ் கூறியதாக ரேடியோச் செய்தியில் சொன்னார்கள். இதெல்லாம் வெறும் பிரச்சாரம். ஆனால், "என்னை உயிருடனோ அல்லது பிணமாகவோ பிடித்துத் தருபவர்களுக்கு ஐம்பது பெஸோகள் பரிசு தரப்படும்" என அன்று இரவுச் செய்தியில் அறிவிப்பு செய்தார்.

பொலிவியாவுக்குள் கெரில்லாக்களின் வீரசாகசங்கள் கதைகதையாய் இறக்கைகட்டி ஊரெங்கும் வலம் வந்தது. இராணுவக் கெடுபிடியும் தேடலும் உக்கிரமடைந்தது. தகவல் தொடர்பு சீர்குலைந்திருந்தது. நகர்ப்புறப் போராட்டங்கள் துவக்கப்படவே இல்லை. தேடுதல் வேட்டையில் அமெரிக்கா நேரடியாக களம் இறங்கி விட்டது. சர்வதேச அரசியல் சூழலும் சிக்கலாயின. சோவியத் யூனியன் பொலிவியப் போராட்டத்திலிருந்து மோஞ்சேவையும் அவரது கட்சியையும் விலகியிருக்கச் செய்ய மேற்கொண்ட முயற்சி பெரும் பாதிப்பை ஏற்படுத்தின. கியூபாவும் தன் சொந்த நாட்டு நலன் சர்வதேச நிர்ப்பந்தம் காரணமாக தான் விரும்பிபடி காய்களை நகர்த்துவதில் கடும் சிக்கல்கள் எழுந்தன.

சே வை ஆஸ்த்துமா தொடர்ந்து வாட்டி எடுத்தது. மருந்துகள் சேகரித்துவைத்த இடத்தை இராணும் கைப்பற்றி விட்டதால் எளிய தேவையான மருந்துகள் கூட இல்லாமல் சிக்கலானது. அவர் அணியிலிருந்த ஒரு பகுதியினர் பிரித்து வேறுபக்கம் அனுப்பப்பட்டனர். அவருடைய அணியிலிருப்போர் எண்ணிக்கையும் குறைந்து விட்டது. கெரில்லா வீரர்கள் மத்தியிலும் மனச்சோர்வு தலைதூக்கத் துவங்கிவிட்டது. ஆயினும், மனம் உடைந்து நின்றுவிடாமல். இருப்பவர்களை உற்சாகப் படுத்தி அடுத்த நகர்வுக்கு சே திட்டமிடலானார்.. சேவின் அளப்பரிய மனோ உறுதிக்கு அது சான்றாகும்.

ஜா. மாதவராஜ் தன் நூலில் சொல்வது போல, "அவர் முன்னேறிக் கொண்டிருந்தார். நல்ல வெளிச்சமான நேரத்தில் ஒரு கிராமத்திற்கு வருகின்றனர். காலியாய் இருந்த கிராமம் ஏதோ நடப்பதற்கு அடையாளமாய் இருந்தது."

10

அவர்கள் நினைத்தது போலில்லாமல்

1967 அக்டோபர் 9 அலெய்டா உறக்கத்திலிருந்து திடுக்கிட்டு விழித்தார். அவரின் உள்ளுணர்வு ஏதோ இடிவிழுந்தது போல் அதிர்ந்தது. கடந்த சில நாட்களாக பொலிவியாவிலிருந்து வரும் செய்திகள் அவரை வாட்டிவதைத்தன. பொலிவியாவிலிருந்து கவலை அளிக்கும் செய்திகளை அவ்வபோது காஸ்ட்ரோ அவரை நேரடியாக பரிமாறிவந்தார். சேவின் பொலிவியப் பயணத்துக்குப் பிறகு அலெய்டா ஏதோ வெறுமையை உணர்ந்தார். அவரைக் கவலைக் கரையான் அரிக்க ஆரம்பித்தது. லா கபானாவிலிருந்து வெளியேறி சேவை முதன்முதல் சந்தித்த எஸ்காம்ரே மலைகளுக்கே மீண்டும் சென்றார். சும்மா இருக்காதே ஏதாவது ஒன்றைச் செய் என சே சொல்லிச் சென்றதை சிரமேற் கொண்டு மீண்டும் கல்வி பயிலத் தொடங்கி இருந்தார். இன்றோ திடுக்கிட்டு விழித்தவர் தூக்கம் வராமல் புரண்டு கொண்டிருந்தார். விடிந்தும் எதுவும் செய்யப் பிடிக்காமல் பித்துப் பிடித்தவர் போல் இருந்தார். ஃபிடல் அவசரமாக அழைத்து செய்தி சொன்னபோது; அலெய்டாவோ பேச்சற்று இருந்தார்; ஆம். இதயத்தை நொறுக்கும் இச்செய்தியை அவரது உள்ளுணர்வு ஏற்கெனவே இடியென இறக்கி இருந்ததே! அப்போதும் இருவருமே சே மரணமடைந்துவிட்டார் என உறுதியாக நம்பவில்லை;ஆயினும் வந்த செய்திகளை உதாசீனம் செய்யாமல் உற்றுக் கவனித்தனர்.

மார்ச் ஏப்ரல் மாதங்களில் கெரில்லாக் குழு இராணுவத்துக்கு அதிர்ச்சிவைத்தியம் கொடுத்து அலறவைத்துக் கொண்டிருந்தது. ஏன் - செப்டமபர் மாதத்தின் தொடக்கத்தில் கூட கெரில்லாக்கள் நம்பிக்கையோடு முன்னேறிக் கொண்டுதான் இருந்தனர். ஜூலை மாதமே ஆஸ்த்துமா மருந்து உட்பட அனைத்தையும் இழந்திருந்தார். ஆகஸ்ட் மாதம் தங்களின் குகை முகாமிலிருந்த மருந்துகளையும் இதர பொருட்களையும் மீட்க முயன்ற போது அவை இராணுவத்தால் கைப்பற்றப்பட்டது என அறிந்த போது அதிர்ச்சி ஏற்பட்டது. சிரோ பாஸ்டோஸ் என்ற துரோகியின் துணையோடுதான்

இராணுவம் அங்கே வேட்டை நடத்தியிருந்தது. இது கெரில்லாக் குழுவுக்கு பலத்த அடியாகும். எனினும், மனம் தளராமல் சே தன் படையை நடத்திக் கொண்டிருந்தார்.

லா ஹிகுவேராவில் செப்டம்பர் 26 அன்று நடந்த பதுங்கித் தாக்குதலில் இராணுவம் வெற்றிபெற்றிருந்தது. அதுதான் சே மற்றும் இதர கெரில்லா போராளிகளை மீளமுடியாதவாறு கிடுக்கிப்பிடியில் சிக்கவைத்தது. கெரில்லா குழுவுக்கு பெரும் இழப்பு ஏற்பட்டது. பட்டப்பகலில் எல்லோரும் அறியும்படி இனி செல்வது ஆபத்துதான் என்ற நிலை. எனினும் வேறுவழியில்லை. உயிரைப் பணயம் வைத்து சே கெரில்லாக்களுடன் பயணம் தொடர்ந்தார்.

அமெரிக்க உளவுத்துறையினர் ஆரம்பம் முதலே பொலிவியாவில் இருந்தனர். இராணுவத்துக்கும் உதவினர். எனினும் பொலிவியா அமெரிக்காவுக்கு கேந்திரமான தளம் அல்ல என்ற கருத்தும் சிஐஏ என்ற அமெரிக்க உளவு அமைப்புக்கு இருந்தது; அதே வேளை ஐந்து லத்தின் அமெரிக்க நாடுகள் எல்லையாக பொலிவியாவைச் சூழ்ந்திருப்பதால், அங்கு வெடிக்கும் சிறு நெருப்புப் பொறியும் ஏனைய லத்தின் அமெரிக்க நாடுகளில் பரவக்கூடும் என பயங்கொண்டது.

எனவே, சே அங்கு இருக்கிறாரா என உறுதிப் படுத்த முனைந்தது. ஏப்ரல் 9 ஆம் தேதி நங்கஹூவாசுவில் எடுக்கப்பட்ட வட்டமான ரொட்டிசுடும் அடுப்பைக் கொண்டே அங்கே சே இருக்கலம் என சிஐஏ கருதியது. ஏபரல் 20 ஆம் தேதி டிப்ரேவும், பாஸ்டோசும் பிடிபட்டனர். பிரெஞ்சுப் பத்திரிகையாளர் டிப்ரே தான் சே வைப் பேட்டிகாண வந்ததாகவும், ஆனால் சே இங்கு இல்லை; எந்த தகவலும் கிடைக்கவில்லை என்றார். சித்திரவதை செய்யப்பட்டபோதும் அதையே திரும்பத் திரும்பச் சொன்னார். ஆனால் பாஸ்டோஸ் சித்திரவதை தாங்காமல் உண்மையைச் சொல்லிவிட்டார். அவர் மூலம்தான் குகை முகாம் அவர்களுக்குத் தெரிந்தது. இவரை சே மிகுதியும் நம்பினார் என்பது உபசெய்தி.

இரு கெரில்லாக்கள் குழுக்களாய் பிரிந்து இயங்கிய போதிலும் அடிக்கடி சந்தித்து கருத்துப் பரிமாறுவதுண்டு. ஆனால் முகாமை இராணுவம் பிடித்துவிட்டால் இதுவும் தடைபட்டது. தகவல் தொடர்பும் அறுந்து விட்டது மாற்று இடத்தைத் தேர்வு செய்யவோ தகவல் தொடர்பை மீட்கவோ சே முயலவில்லை என்று சொல்வாரும் உண்டு; வாய்க்கவில்லை என்று சொல்வாரும் உண்டு. சே வின் நாட்குறிப்பை கூர்ந்து கவனித்தால்;சே ஆஸ்த்துமாவின் கடுமையில் உழன்றதையும், மனச்சோர்வும் மிகுந்திருந்ததையும் அவர் கோபத்தைக் கொட்டுவதையும் அறியலாம்.

கெரில்லாக்களின் ஆயுதப் போராட்டத்துக்கு எதிரான இராணுவத் தாக்குதல் மனித வேட்டையாக மாறியது. "சே குவேராவைப் உயிரோடு பிடிப்பது அல்லது கொல்வது" என்கிற வெறியோடு ஆயிரக்கணக்கான இராணுவச் சிப்பாய்கள் 'கோம்பிங் ஆப்ரேஷன்' என்று சொல்லப்படுகிற 'சல்லடை போட்டுச் சலிக்கிற வேலையில்' இறங்கினர்.

பொலியாவின் களயதார்த்தம் மிகவும் சிக்கலாக இருந்தது. கெரில்லாக்களின் சாகசங்களை வீரக்கதைகளாக மக்கள் பேசியபோதிலும் கெரில்லாக்களோடு இணையவோ. ஒத்துழைக்கவோ மக்கள் தயாரில்லாத சூழல். எங்கும் ஒரே இறுக்கம். போராட்டம் செய்த சுரங்கத் தொழிலாளர்கள் மீது இராணுவம் துப்பாக்கிச் சூடு நடத்திய போதும்; அடக்குமுறையைக் கட்டவிழ்த்துவிட்ட போதும் மவுனம் காத்த நகர்ப்புறம். அவருடன் இருந்தவர்கள் இரு பகுதியாய் பிரிந்து சென்றதும் தொடர்பற்று இருந்ததும் எல்லாமுமாக பெரும் நெருக்கடி சூழ்ந்திருந்தது.

அக்டோபர் முதல் தேதி முதலே சேவின் நாட்குறிப்பு முடிவு நெருங்குவதை உணர்த்துவதாகவே உள்ளன. குறிப்பிட்டுச் சொல்வதானால் 4 ஆம் தேதி எழுதுகிறார் :

"ரேடியோவில் இராணுவத்தின் நாலாவது டிவிஷனின் தலைமை இடம் லா குனில்லாஸாலிருந்து பாடில்லாவுக்கு மாற்றப்பட்டது என்றார்கள். இது செர்ரானோ பகுதியைக் கண்காணிக்க உதவும். அங்குதான் கொரில்லாக்கள் தப்பிஓடுவார்கள் என்று சொல்லப்பட்டது. மேலும், என்னை நாலாவது டிவிஷன் பிடித்தால் காமரிலும், எட்டாவது டிவிஷன் பிடித்தால் குரூஸ்ஸிலும் எனது வழக்கு விசாரணை நடக்கும் என்றார்கள்."

இந்தத் தகவலை தன் கருத்துகள் ஏதுமின்றி சே பதிவு செய்திருப்பதே தான் பொறிக்குள் சிக்கி இருப்பதை உணர்த்துவதாக உள்ளது. இராணுவத் தகவலும் கூட சேவை நெருங்கிவிட்டதையும் இனி அவர் தப்ப முடியாதென்பதையும் சொல்லுவதாகவே உள்ளது.

என்ன வேண்டுமானாலும் எப்போது வேண்டுமானாலும் நடக்கலாம் என்கிற சூழ்நிலையை சே நன்றாகவே உணர்ந்து கொண்டார்; முடங்கவில்லை; கடைசிவரை போராடி வீழ்வது என முடுவெடுத்துவிட்டார். ஆம்.

ஃபிடல் இது குறித்து எழுதுகிறார், "சே தன்னுடைய மரணம்,இந்தச் சூழ்நிலையில்நிகழ்வது இயற்கைதான் என்பதைப் புரிந்து கொண்டு; எத்தகைய சம்பவம் நிகழ்ந்தாலும், லத்தின்

அமெரிக்காவின் புரட்சியில் எந்தப் பின்னடைவும் ஏற்படக்கூடாது என்று எழுதினார். "டிரைக்காண்டினெண்டல்" பத்திரிகைக்கு அவர் அளித்த செய்தியில் : ' நம்முடைய ஒவ்வொரு செயலும் ஏகாதிபத்தியத்திற்கு எதிரான போர்க்குரல்.. நம்முடைய போர்க்குரல் ஏதாவது ஒரு காதுக்கு கேட்டாலும் சரி.. நம்முடைய ஆயுதத்தை எடுக்க ஒரு கை நீண்டாலும்சரி.. மரணத்தை நாம் வரவேற்போம்.' என்று சொன்னார்."

சேவினுடைய அப்போதைய மனோ நிலையை இதைவிட வேறெந்த வார்த்தைகள் பிரதிபலிக்கும்?ஒற்றை ஆதரவுக் கரத்தை ஆதரவுக் குரலை எதிரபார்த்திருந்த அந்தக் கடைசி நாட்களில் அவர் கடைசியாக எழுதிய குறிப்பு 1967 அக்டோபர் 7;

"கெரில்லாப்படை ஆரம்பித்து இன்றோடு 11 மாதங்கள் ஆகிறது. கிராமிய மணத்துடன் இந்த நாள் கழிந்தது. பகல் 11 மணிக்கு, ஒரு மூதாட்டி, ஆடுகள் சிலவற்றை மேய்த்துக்கொண்டு நாங்கள் முகாமிட்டிருந்த பள்ளத்தாக்குக்கு வந்தார். அவரை நாங்கள் பிடித்து வைக்கவேண்டியதாயிற்று. இராணுவத்தைக் குறித்த எந்தவிதமான உருப்படியான தகவலையும் அவரால் சொல்ல முடியவில்லை; அவர் அந்தப் பக்கம் போயே நீண்ட நாள் ஆயிற்று. ஆகவே ஒன்றும் தெரியாது என்றார். ஆனால், அங்குள்ள பாதைகளைப் பற்றிச் சொல்ல முடிந்தது. அவர் சொன்னதிலிருந்து நாங்கள் லா ஹிகுவாராவிலிருந்து ஒரு மைல் தூரத்திலும், ஜாகுவேராவிலிருந்து ஒரு மைல் தூரத்திலும், புகாராவிலிருந்து இரண்டு மைல் தூரத்திலும் இருப்பது விளங்கியது. மாலை 5:30 மணிக்கு இண்டி, அனிசெடோ மற்றும் பாப்லிடோ மூவரும் அந்த மூதாட்டியின் வீட்டிற்குச் சென்றுவந்தனர். அவரது ஒரு மகள் படுத்த படுக்கையாக இருக்கிறார். இன்னொரு மகள் குள்ளம். அவருக்கு 50 பெசோக்கள் கொடுத்தோம், ' யாரிடமும் எதுவும் சொல்ல வேண்டாம்' என எங்கள் ஆட்கள் கேட்டுக்கொண்டனர். அந்தப் பெண்மணி அப்படி இருப்பாரா என்று தெரியவில்லை..

நாங்கள் மொத்தம் 17 பேர் நிலா வெளிச்சத்தில் நடக்க ஆரம்பித்தோம். பயணம் மிகவும் களைப்பாக இருந்தது. பள்ளத்தாக்கு வழியே நடக்கும் போது அங்கே ஏற்கெனவே இருந்த காலடித்தடத்தை தவறவிட்டோம். எந்த வீடும் பக்கத்தில் இல்லை. உருளைக் கிழங்கு வயலிருந்தது. நீரோடையிலிருந்து ஒரு வாய்க்கால் வெட்டி அந்த வயலுக்கு நீர் பாய்ச்சுகிறார்கள். இரவு சுமார் 2 மணிக்கு நடப்பதை நிறுத்த வேண்டியதாயிற்று. இதற்கு மேல் பயணம் செய்வது பிரயோசனமில்லை என நினைத்தோம். நோயுற்ற சினோவே ஒரு சுமையாகிவிடுகிறார்.

இராணுவம் ஒரு வினோத அறிக்கை அளித்தது. அதில் செர்ரானோ பகுதியில் 37 கெரில்லாக்களைத் தப்பிச் செல்ல விடாமல் 250 இராணுவத்தினர் தடுக்க உள்ளனர். கெரில்லாக்கள் சுற்றி வளைக்கப்பட்டிருகிறார்கள் என்றும் சொல்லப்பட்டது. நாங்கள் ஆசேரா மற்றும் ஒரோ நதிகளுக்கு இடையில் நிற்பதாகச் சொன்னார்கள்." இது ஒரு திசை திருப்பும் அறிக்கையே.

இப்போது சேவும் அவருடன் சேர்த்து 17 கெரில்லாக்கள் 2000 மீட்டர் உயரத்தில் இருந்தனர்.

அக்டோபர் 7 ஆம் தேதி இரவு 17 பேரும் ஸூரோ கணவாயின் தாழ்வான பகுதியிலிருந்து அடர்ந்த புதர்களூடே நகர்ந்து கொண்டிருந்தனர். அங்கு வயலுக்கு நீர் பாய்ச்சிக் கொண்டிருந்த ஒரு விவசாயி முதுகுப் பையைச் சுமந்து கொண்டு சிலர் நகர்வதைக் கண்டான். அவர்கள் கெரில்லாக்கள் என்பதில் அவனுக்கு ஐயமே இல்லை. தன் மகனை அனுப்பி சில மைல் தொலைவிலிருந்த கேப்டன் கேரி ப்ராடோ சால்மோனின் இராணுவக் காப்பரனுக்கு சேதி தெரிவித்தார். கேப்டன் கணவாயின் நுழையும் பகுதியிலும் வெளியேறும் பகுதியிலும் உயரமான இடத்தில் காப்பரண்கள் அமைத்தார். அதே சமயம் வழியில் சந்தித்த முதாட்டி எபிஃபானியா காப்ரேரோ எந்தத் தகவலையும் இராணுவத்துக்கு கொடுக்கவே இல்லை.

சூரிய வெளிச்சத்தில் பார்த்தபோது உயரமான இடத்தில் இராணுவம் நிறுத்தப்பட்டிருப்பதை சே கண்டார்.. சே முன் இரண்டே வாய்ப்புகளே இருந்தன. ஒன்று,கணவாயின் பின்புற வாயிலில் இராணுவம் இருக்காது என்று கருதி பின் வாங்குவது. சே அதனை நிராகரித்தார். அல்லது இராணுவம் தங்களைக் கண்டுபிடிக்காது என்கிற நம்பிக்கையோடு இரவுவரை நகராமல் அங்கேயே இருப்பது. சே இந்த வாய்ப்பையே தேர்வு செய்தார்.

அக்டோபர் 8 ஆம் தேதி நண்பகல் 1: 30 மணியளவில் இராணுவம் தாக்குதலைத் தொடங்கியது. சே தன் குழுவை ஏழுபேர் ஏழுபேர் கொண்ட இரு குழுவாக்கினார். கணவாயின் பின்வாயிலிலும் இராணுவம் இருந்ததால் சே தன் குழுவை மேலும்இரண்டாகப் பிரித்தார். காயமடைந்தவர்களும் பலவீனமானவர்களும் ஒரு குழுவாகவும் சேவும் இன்னும் இருவரும் ஒரு குழுவாகவும் மாறினர். துப்பாக்கிச் சண்டைக்கு சே தயாரானார். அவரது எம்1 ரகத் துப்பாக்கி இராணுவத்தின் தோட்டாக்களால் தாக்கப்பட்டு செயலிழந்தது. சேவின் கெண்டைக்காலில் ஒரு குண்டு துளைத்தது. அவரால் நடக்க முடியவில்லை.

கியூபாவைச் சேர்ந்த சுரங்கத் தொழிற்சங்க ஊழியரும் கெரில்லாவுமான வில்லி என்ற சிமோன் கைத்தாங்கலாக சேவை மேலே கூட்டிச் சென்றார். பொலிவியரான அனிசெட்டோ ரெய்னகா பின்னால் வந்தார். சிறு பாறையின் மீது இவர்கள் ஏறும் வரை காத்திருந்த இராணுவம்," ஆயுதங்களைக் கீழே போடுங்கள் ! கைகளை உயர்த்துங்கள்!" என எச்சரித்தது. வில்லி கையில் இயந்திரத் துப்பாக்கி இருந்தது. சே சொன்னதற்கிணங்க சுடவில்லை.

"நான் தான் சே! என்னைக் கொல்வதைவிட உயிரோடு வைத்திருப்பதே உங்களுக்குப் பயன் தரும்!" என சே குரல் கொடுத்தார். "இவர்தான் கமாண்டர் சே குவேரா;இவர் மரியாதைக் குரியவர்" என வில்லியும் குரல் கொடுத்தார்.

சே பிடிபட்ட செய்தி கேப்டன் கேரி ப்ராடோவுக்குத் தெரிவிக்கப்பட்டது. அவர் உடனே அங்கே விரைந்து வந்து சே குவேராவின் அடையாளத்தைப் பரிசோதித்துவிட்டு; முதுகுப் பையைக் கைப்பற்றினார். இராணுவத் தலைமையகத்துக்கு தகவல் பறந்தது. இரண்டு கி.மீ தூரம் ஊர்வலமாக சேவும் அவரது தோழர்களும் அழைத்துச் செல்லப்பட்டனர். கொல்லப்பட்ட புரட்சியாளர்களையும் காயமடைந்த இராணுவத்தினரையும் கழுதைகள் சுமந்து வந்தன. லா ஹிகுவேராவில் சேறும் சகதியுமாய் இருந்த ஒரு பள்ளிக் கூடத்தில் சே குவேரா அடைக்கப்பட்டார். வில்லி அடுத்த அறையில் அடைக்கப்பட்டார். இரவு முழுவதும் இராணுவத்தினரின் கொண்டாட்டமாய் இருந்தது. மக்களும் கூட்டம்கூட்டமாய் கூடி இது பற்றியே பேசிக்கொண்டிருந்தனர். கேப்டன் கேரி ப்ராடவும், ஆண்ட்ரே செலிச்சும் சேவை பேச வைத்திட பகீரத முயற்சி மேற்கொண்டு தோற்றனர்.

அதே நேரத்தில் இராணுவத் தலைமையகத்தில் சேவை என்ன செய்வது என்று விவாதித்தனர். சேவைக் கொல்லாமல் விசாரணைக்கு உட்படுத்தப்பட்டால், வழக்கு மன்றத்தை ஃபிடல் காஸ்ட்ரோ போல் பிரச்சார மேடை ஆக்கிவிடுவார் என இராணுவ சர்வாதிகாரி பயந்தார். மேலும் பொலிவியாவில் மரண தண்டனை கிடையாது, ரெஜி டிப்ரோவுக்கு தண்டனை அளித்துவிட்டே உலகம் முழுவதும் கண்டனக் கணைகளை சந்தித்துக் கொண்டிருக்கிறார் சர்வாதிகாரி பாரியண்டோஸ். ஜெனரல் ஒவாண்டோவும் நடுக்கத்துடன்தான் இருந்தார். இராணுவத் தலைமையகம் முக்கிய முடிவை எடுத்தது.

வாலே கிராண்டிலிருந்து ஒரு ராணுவ ஹெலிகாப்டர் காலை 6: 30க்கு லா ஹிகுவேரா வந்திறங்கியது. அதில் எட்டாவது படைப்பிரிவின் தலைவர் கர்னல் ஜோக்குயின் ஸெனட்டோ, சிஐஏ

வைச் சேர்ந்த ரேடியோ பொறுப்பாளர் ஃபெலிக்ஸ் ரோட்ரிகுவேஸ், அவர்களுடன் இன்னொருவரும் வந்தார்.

ரோட்ரிகுவேசுக்கு வாலே கிரானடாவிலிருந்து ஒரு செய்தி வந்தது. அதில் "ஆப்ரேஷன் ஐநூறு அறுநூறு." என்றிருந்தது. பொலிவியன் சங்கேத வார்த்தை இது. 'ஐநூறு' என்பது 'சேவைக் குறிக்கும் 'அறுநூறு' எனில் 'கொல்லு' என்பதாகும். அதனை ஸெனட்டோவுக்குத் தெரிவிக்கிறார். அத்துடன் உயிருடன் பனாமாவுக்குக் கொண்டுவர சிஐஏ விமானம் அனுப்பியுள்ளதையும் சொன்னார். ரோட்ரிகுவேஸ் பள்ளிக்கூடத்தையும் ஆவணங்களையும் படம் எடுக்கிறார்; சே வின் நாட்குறிப்பை மொத்தமாக பக்கம் பக்கமாக படம் எடுக்கிறார். ஒரு பள்ளி ஆசிரியை சே மரணம் குறித்து செய்தி கேட்டதாகக் கூறுகிறார். நிலைமை கடினமாகிறது.

சேவைக் கொல்லும்படி லெப்டினன்ட் மரியோ டெரனுக்கு சமிக்ஞை கிடைத்தது. அவன் தயங்கினான். ஸ்காட் விஸ்கியை அருந்திய பிறகே கொஞ்சம் தைரியம் அடைந்தான். சே அந்த வலியிலும் எழுந்து நிற்கிறார், "நீ எதற்கு வந்திருக்கிறாய் என்று தெரியும். நான் தயார். ஒரு மனிதனைத்தானே கொல்லப் போகிறாய். கோழையே சுடு" என்றார் சே. அடுத்த நிமிடம் அரை டஜன் தோட்டாக்களால் சே துளைக்கப்பட்டார். ஒரு தோட்டா இதயத்தைத் துளைத்தது. சேவுடன் வில்லி, சினாவே ஆகியோரும் கொல்லப்பட்டனர்.

உடலை ஹெலிகாப்டர் சட்டத்தோடு கட்டி வாலே கிராண்டிற்கு எடுத்துச் சென்றனர். அங்கு ஆபிரஹாம் பாடிஸ்டா, ஜோஸ் மார்டினாஸ் என் இரு டாக்டர்கள் வந்தனர். ஐந்து மணி நேரத்துக்கு முன்னால் நெஞ்சில் குண்டு பாய்ந்து இறந்திருப்பதாக மரணச் சான்றிதழ் தருகின்றனர்.. அதன் பிறகு குளிப்பாட்டி சுத்தம் செய்து மால்ட்டா கன்னிமேரி மருத்துவமனையில் சலவையறையில் காட்சிக்கு வைத்தனர்.

சே யுத்தத்தின் போதே மரணமடைந்ததாக பொலிவிய ராணுவம் சொன்ன பொய் ஒரே நாளில் அம்பலமானது. 9 ஆம் தேதி நண்பகல் வரை அவர் உயிரோடு இறந்தாரெனில்; எப்படி 8 ஆம் தேதி யுத்தத்தில் இறந்திருப்பார். சிஐஏ உளவுக் குறிப்புகளிலும் சரி இதர ஆவணங்களிலும் பல்வேறு முரண்பாடுகள் உண்டு எனினும் சே பிடிப்பட்ட பிறகே கொல்லப்பட்டார் என்பதே உண்மை..

கடைசி நேரத்தில் சேவின் திட்டப்படி பிரிந்த இன்னொரு குழு என்ன ஆனது? சே தப்பிவிட்டார் என்ற நிறைவோடு அவர்கள் பதுங்கிப் பதுங்கி. நகர்ந்து லா ஹிகுவேராவுக்கு வந்து;

சே அடைத்துவைக்கப்பட்ட பள்ளி அருகே தங்கி இருக்கின்றனர். இரவு முழுவதும் நாய்கள் குரைத்துக் கொண்டே இருந்ததையும்; ஹெலிகாப்டர் இரண்டு முறை வானில் பறந்ததையும் பார்த்தனர். ஆனால் அங்குதான் சே இருந்தாரென்பதோ, அவர் உடலைத் தாங்கியபடிதான் இரண்டாவது முறையாக ஹெலிக்காப்டர் பறந்தது என்பதோ தெரியாது. இது குறித்து இன்ட்டி பெரடோ கூறுகிறார்:"காயமடைந்த போதிலும் இன்னும் உயிருடனிருந்த எங்கள் நேசத்திற்குரிய கமாண்டர் சே எங்களுக்கு மிக அருகில்தான் இருந்தார் என்று நாங்கள் கற்பனை செய்துகூடப் பார்க்கவில்லை. அது எங்களுக்குத் தெரிந்திருந்தால் மரணம் நிச்சயம் என்ற போதிலும் அவரைக் காப்பாற்ற நாங்கள் போராடியிருப்போம்."

மேலும் அவர் கூறுகையில், "அக்டோபர் 10 ஆம் தேதி மாலையில் பொலிவியக் காட்டின் நடுவில், நான், நேட்டோ, போம்போ, டாரியே, பெனினோ, அர்பானோ ஆகியோர் உரக்கக் கூறினோம்; ' சே ! உங்கள் லட்சியங்கள் ஒருபோதும் மரணமடையாது."

கியூபா முழுவதும் சேவின் மரணம் காட்டுத் தீயாய் பரவியது. ஃபிடலும் அலெய்டாவும், வந்த படங்களையும் தகவல்களையும் பரிசீலித்து சே கொல்லப்பட்டுவிட்டார் என முடிவெடுத்தனர். அக்டோபர் 15 ஆம் நாள் கியூபத் தொலைக் காட்சியில் ஃபிடல் தோன்றி சேவின் மரணத்தை அறிவித்தார். இரங்கல் உரையாற்றினார்.

அலெய்டாவையும் அவரது குழந்தைகளையும் ஃபிடல் சந்தித்து ஆறுதல் சொன்னார். ஒரு நாளல்ல; இருநாளல்ல பல நாட்கள் தொடர்ந்தது.

சேவின் உடலை என்ன செய்தார்கள் என்கிற விடைதெரியா பெருங்கேள்வி எல்லோர் நெஞ்சிலும் ஓங்கி நின்றது.. அந்தக் கேள்விக்குப் பதில் தெரிந்தவர் அந்த ஹெலிகாப்டரில் மூன்றாவதாக வந்த அந்த மர்ம நபர் மட்டுமே !ஸ்டோடா வில்லோடோ என்ற பெயர் கொண்ட அவரும் கியூப நாட்டில் பிறந்தவரே !

சே கொல்லப்படுவதற்கு முன் அந்தப் பள்ளிக் கூடத்தில் சாப்பாடு கொடுக்கிற போது ஆசிரியை ஜூலியஸ் கோர்ட்டஸ் உரையாடிக் கொண்டிருந்தார். அந்த ஆசிரியை பின்னர் நினைவு கூர்ந்த படி:

"இப்படியொரு புத்திசாலித்தனமும் நல்ல உடலும் கொண்ட நீங்கள் ஏன் இப்படி...?"

"எனது லட்சியங்களுக்காக.."

"உங்களுக்கு மனைவி குழந்தைகள் இருக்கிறார்களா?"

"இருக்கிறார்கள்.."

"உங்கள் குடும்பம்.. இப்போது என்ன சொல்வார்கள்?"

"எனது லட்சியங்களே முதலில்..சரி ! இது போன்ற மோசமான சூழலில் எப்படி இங்கு குழந்தைகள் இங்கு படிப்பார்கள் ?"

"ஒரு வேளை நான் பிழைத்திருந்தால் நான் உங்களுக்கு ஒரு நல்ல பள்ளிக்கூடம் கட்டித் தருகிறேன்.."

அந்தப் பள்ளிக் கூடத்தை யாராவது நினைவுச் சின்னம் என அறிவித்துவிடப் போகிறார்கள் எனப் பயந்த ராணுவ சர்வாதிகாரி பாரியண்டோஸ் ஆணைப்படி இடித்துத் தரைமட்டமாக்கப்பட்டது. அங்கே ஒரு மருத்துவமனை எழுப்பப்பட்டது. ஆனால் வரலாறு மீண்டது.. இப்போது அங்கே சே விரும்பியபடி ஒரு சிறந்த பள்ளிக்கூடம் எழும்பி நிற்கிறது சேவின் நினைவுகளை உரக்கச் சொல்லி நிற்கிறது..

அதேசமயம் வாலே கிராண்டாவில் அவர் புதைக்கப்பட்ட இடத்தின் அருகில் ஒரு தபால் தந்தி அலுவலகத்தின் சுவரில் இப்படிக் கம்பீரமாய் பொறிக்கப்பட்டிருக்கிறது : "அவர்கள் நினைத்தது போல் அல்லாமல் நீ வாழ்ந்து கொண்டிருக்கிறாய் சே !"

அக்டோபர் 18 ஆம் நாள் இரவு ஹவானாவில் கியூப வழக்கப்படி நாடு தழுவிய "நீத்தார் கண்விழிப்பு நிகழ்ச்சி". ஏறத்தாழ 10 லட்சம் பேர் பங்கேற்றனர். ஃபிடல் காஸ்ட்ரோ தன் சகதோழனுக்கு செலுத்திய அஞ்சலி உரை.. என்றும் மறக்க இயலாது.

ஆயிரம் ஆறுதல் வார்த்தைகள் சொன்னாலும் தன் கணவனின் முகத்தைக்கூட கடைசியாகப் பார்க்க வாய்க்காததை அலெய்டாவால் எப்படித் தாங்கிக் கொள்ள இயலும் ? தன் அப்பா முகத்தைக் கூட பார்க்க இயலாத கொடுமையை பிள்ளைகள் எப்படி சகித்துக் கொள்ள முடியும் ?

பெரும் தேடலுக்குப் பிறகு பெரும் போராட்டத்துக்குப் பிறகு முப்பது வருடங்களுக்குப் பிறகு 1997 ஆண்டு அக்டோபர் 17 ஆம் நாள்; சே உடல் கியூபாவுக்கு கொண்டுவரப்பட்டது. இந்த உடலைப் பார்க்கவே அலெய்டாவும் அவரது பிள்ளைகளும் இத்தனை வருடம் காத்திருக்க நேர்ந்தது எவ்வளவு சித்திரவதை ?

அவர் உடல் கண்டுபிடிக்கப்பட்டதே ஒரு தனி வரலாறு.

இன்னும் சேவின் மரணம் குறித்த விவாதம் முடிந்தபாடில்லையே. சே குவேரா ஃபிடல் காஸ்ட்ரோ உறவு குறித்து புதுப்புது புனைக்கதைகளை ஏகாதிபத்தியம் உற்பத்தி செய்துகொண்டே இருக்கிறது ஏன்? இன்னும் அவர் பெயர் அவர்களுக்கு நடுக்கத்தைத் தருவதேன்? அந்த கேள்விகளுக்கு விடை தெரியாமல் அவர் வாழ்க்கையைப் புரிந்துகொண்டால் அது நிறைவாகாதல்லவா?

11

எத்தனை முறைதான் கொல்வார்கள்..

"ஏகாதிபத்தியம் சே குவேராவை பல இடங்களில் பலமுறை கொன்றிருக்கிறது, ஆனால், ஏகாதிபத்தியம் சற்றும் எதிர்பார்க்காத ஒரு நாளில், கமெண்டர் சே குவேரா நல்ல ஆரோக்கியத்துடன் ஒரு போராளியாக, ஒரு கெரில்லாவாக மீண்டும் வருவார் என்று நம்புகிறோம்."

இந்த நம்பிக்கையூட்டும் வார்த்தைகளைக் கேட்டு கூட்டம் பெரும் ஆரவாரம் செய்தது. சே மரணத்திற்கு முன்பு ஒரு பொது நிகழச்சியில் ஃபிடல் காஸ்ட்ரோவின் பேச்சே அது.

விரைவில் சேவின் மரணச் செய்தி மக்களைச் சோகத்தில் மூழ்கடித்தது.

சே அன்று மட்டுமே கொல்லப்படவில்லை ஒரு முறை மட்டும் கொல்லப்பட வில்லை;அதற்கு முன்பும் பின்பும் பலமுறை ஏகாதிபத்தியத்தால் கொல்லப்பட்டிருக்கிறார்.

சேவை அவதூறு செய்வதிலும் சேவைக் குறித்த பொய்களைத் திட்டமிட்டுப் பரப்புவதிலும் ஏகாதிபத்தியம் இன்றுவரை ஓய்வு ஒழிச்சலின்றி செயல்பட்டுக் கொண்டே இருக்கிறது. அவற்றைச் சொல்லத் துவக்கினால் பலநூறு பக்கம் வேண்டும். பானைச் சோற்றுக்கு ஒரு சோறு பதமாய் ஒன்றிரண்டை பார்ப்போம்.

சே கொல்லப்பட்ட பின் மறு ஆண்டிலேயே 1968 ஆம் ஆண்டிலேயே கண்ணீரின் உப்பு உலருமுன்னே ! "சே" என்கிற பெயரில் ஒரு ஆங்கிலப்படம் வெளியானது. டுவென்டி பர்ஸ்ட் செஞ்சுரி ஃபாக்ஸ் என்ற நிறுவனம் தயாரித்தது. சே குவேராவாக ஓமர் ஷெரிப்பும், ஃபிடல் காஸ்ட்ரோவாக ஜாக் பாலன்ஸும் நடித்தனர். சே வெறிபிடித்தவராகவும் நகைச்சுவையைக் கூட ரசிக்கத் தெரியாத முரடராகவும் குரூரமாகச் சித்தரிக்கப் பட்டிருந்தார். ஃபிடல் குடிகாரராகவும் முதுகில் குத்துபவராகவும் சித்திரிக்கப்பட்டிருந்தார். கியூப, பொலிவியப் போராட்டங்கள் கொச்சைப் படுத்தப் பட்டிருந்தன. அறுபதுகளின் இறுதியில் அதுவும் சே படுகொலை செய்யப்பட்ட பிறகு லத்தின் அமெரிக்க நாடுகளில் நிலவிய கொந்தளிப்பான சூழலில்; மக்கள் எழுச்சிக்கு

எதிராக இந்தத் திரைப்படத்தை சிஐஏ முன்னிறுத்த முயன்றது. ஆனால், படம் திரையிடப்பட்ட திரையரங்குகள் கல்லெறிக்கும் தாக்குதலுக்கும் ஆளானது. சிலியின் தலைநகர் சாண்டியாகோவில் இத்திரைப்படம் திரையிடப்பட்ட போது பெட்ரோல் குண்டு வீசப்பட்டது. மக்களின் கோப ஆவேச எதிர்ப்பால் லத்தின் அமெரிக்காவில் இப்படம் திரையிடுவது நிறுத்தப்பட்டது. ஓமர் ஷெரிப் தாம் சே மீது மிகுந்த மரியாதை வைத்திருப்பதாகக் கூறி மக்களிடம் தப்பிக்க வேண்டியிருந்தது. சே வைக் கொச்சைப் படுத்த நடந்த முயற்சி இது என்பதையும்; இதற்குப் பணம் கொடுத்து உதவியது சிஐஏ என்பதையும் மறுக்க முடியாது.

இன்னொரு சம்பவம். இன்று உலகமே மீண்டும் மீண்டும் வாசிக்கும் சேவின் பொலிவிய நாட்குறிப்புகளிலும் மோசடி செய்ய முயன்றது. சே கொல்லப்பட்டு மக்களின் அழுகுரல்கூட ஓயும் முன்பு பொலிவிய ஜெனரல் ஓவாண்டோ சேவின் நாட்குறிப்புகளின் நகலை பொது ஏலத்தில் வெளியிடப் போவதாக அறிவித்தார். ஆனால் சர்வாதிகாரி பாரியாண்டோஸ் ஏற்கெனவே அது அமெரிக்க "டபுள்டே நிறுவனத்துக்கு"விற்கப்பட்டுவிட்டதாகக் கூறினார். இதன் பின்னால் என்ன மர்மம் உள்ளது என அக்கறையுள்ளோர் அலசினர். இது உண்மையான நாட்குறிப்பல்ல. போலியானது என அம்பலம் ஆனது. பொலிவியாவில் லாபாஸிலிருந்த சிஐஏ உளவாளிகள் இரவும் பகலுமாய் முயற்சித்து சே கையெழுத்து போல் போலிக் கையெழுத்தில் எழுதப்பட்டது. அதில் சேவுக்கும் ஃபிடல் காஸ்ட்ரோவுக்கும் இடையில் பகைமை இருப்பதாகச் சித்தரிக்கும் விதத்தில் தயாரிக்கப்பட்டது. ஆனால் சேவின் முந்தைய டைரிகளை ஒப்பிட்டு இது போலியானது; உள் நோக்கம் கொண்டது;என நிருபிக்கப்பட்டது. இச்சதி அம்பலப் படுத்தப்பட்ட சூழலில் சிஐஏ அந்த முயற்சியைக் கைவிட்டது..

1968 ஆம் ஆண்டு இறுதியில் "அவசியமான அறிமுகம்" என்ற ஃபிடல் காஸ்ட்ரோவின் முன்னுரையோடு, சே எழுதிய மெய்யான'பொலிவிய நாட்குறிப்புகள்'வெளிவந்தது. அந்த முன்னுரையில் ஃபிடல் சொல்லியிருப்பார், "சே எழுதிய நாட்குறிப்புகள் எங்கள் கையில் எப்படி வந்தது என்பதை இப்போது சொல்ல முடியாது. ஆனால் அதற்காக நாங்கள் எந்தப் பணமும் கொடுக்கவில்லை என்று மட்டும் சொல்லிக் கொள்கிறோம்."

ஹவானாவில் வெளியிடப்பட்ட ஒரு வாரத்தில் பத்து லட்சம் பிரதிகள் விற்றுத் தீர்ந்தன. அதே நாளில் சிலி, பிரான்ஸ்,மெக்ஸிக்கோ, இத்தாலி, மேற்கு ஜெர்மனி, அமெரிக்கா,ஸ்பெயின் உள்ளிட்ட பல நாடுகளில் வெளியிடப்பட்டது. "கியூபப் பதிப்பில் சே எழுதிய

13 நாட்களுக்கான குறிப்புகள் வேண்டுமென்றே விடுபட்டுள்ளன; அவை காஸ்ட்ரோவுக்கு எதிராக இருப்பதால் அச்சிட வில்லை" என சிஐஏ ஒரு வதந்தியை பரப்பியது. அதன் பின்னர் கடின முயற்சி எடுத்து சேகரித்து அவற்றையும் சேர்த்து வெளியிடப்பட்டன. நாட்குறிப்பை மொத்தமாகக் கொடுத்ததும், பின்னர் விடுபட்ட பக்கங்களை தேடிக் கொடுத்ததும் யார் என்பதை அறிய சிஐஏ படாதபாடுபட்டது.

ஃபிடலிடம் கொடுத்தவர் பொலிவிய விமானப்படையில் இருந்தவரும், முன்னாள் சிஐஏ ஏஜெண்டுமான ஆர்குயிடாஸ்தான் என்பது பின்னர் தெரிந்தது. அவரை சிஐஏ விசாரணைக் கூண்டிலேற்றியது; ஆனால் அவர் மேலும் பல உண்மைகளை வெளியிடக்கூடும் என அஞ்சிய சிஐஏ அவரைத் தண்டிக்காமல் அப்போது விட்டது; கூலிப்படையை ஏவித் தன்னை சிஐஏ கொல்லக்கூடும் என அஞ்சிய அவர், மெக்ஸிகோத் தூதரகத்தில் தஞ்சம் அடைந்து தன் வாழ்வின் எஞ்சிய நாளைக் கடத்தினார். "அமெரிக்க ஏகாதிபத்தியம் சே குவேராவின் நாட்குறிப்பைப் போல் ஒரு போலி நாட்குறிப்பைத் தயாரிப்பதைத் தடுப்பதும்; உண்மையான நாட்குறிப்பை சிதைக்காமல் தடுப்பதும்தான் என் நோக்கம்." என்றார். சே உயிரோடு இருந்தபோது மட்டுமல்ல; அவரது எழுத்தைக் கண்டும் மிரண்டது; போலியை உலவவிட்டு உண்மையைக் கொல்ல எத்தனித்தது ஏகாதிபத்தியம்.

காங்கோ பயணக் குறிப்புகள் 1998ல்தான் வெளிவந்தது. பொலிவியப் பயணம் காரணமாக எழுதிய உடன் வெளியிடப்படவில்லை. அதில் சே எழுதியுள்ள அரசியல் விமர்சனங்களைக் கருத்தில் கொண்டு தாமதமாகவே வெளியிடப்பட்டது.

திரைப்படம் மூலம் சே வின் பிம்பத்தை சிதைக்க எடுக்க முயற்சியும்; போலி நாட்குறிப்பு தயாரித்து கொச்சைப் படுத்த மேற்கொண்ட முயற்சியும் தோல்வியைத் தழுவிய பின்னும் சிஐஏ தன் சதியைக் கைவிடவில்லை. வரலாற்றாசிரியர்கள் பேரில் தொடர்ந்து வெளியிடப்படும் நூல்களுடனேயே தன் விஷமப் பிரச்சாரத்தை தொடர்ந்து கொண்டேதான் இருக்கிறது.

பொலிவியாவில் கெரில்லாப் போராட்டம் நடத்திய காலத்தில் சே வுடன் சகபோராளியாக இருந்த தானியா கொல்லப்பட்ட நேரத்தில்; மூன்றுமாதக் கர்ப்பமாக இருந்தார். அதற்கு சேவே காரணம் என்பது இன்னொரு கட்டுக்கதை; அது இன்னும்கூட சமூக வலைத்தளங்களில் உலாவருகிறது. யார் இந்த தானியா? உண்மையில் என்ன நடந்தது? 1937ல் ஜெர்மானியத் தந்தைக்குப் பிறந்த அர்ஜென்டினர். 1952ல் குடும்பத்தோடு கிழக்கு ஜெர்மனி

சென்றவர். அங்கு கம்யூனிஸ்ட் கட்சி உறுப்பினரானவர். 1961ல் கியூபாவுக்குவந்து மொழிபெயர்ப்பாளராகப் பணிபுரிந்தவர். லாலா குடியரஸ் என்ற பெயரில் ஒற்றறிய பொலியாவுக்கு சேவால் 1964ல் அனுப்பப்பட்டவர்.

இவர் ஒரு நாள், கியூப உளவாளி என்பதற்கான அடையாள அட்டையை தான் வாழ்ந்த வீட்டின் தகரக்கூரையில் வேண்டுமென்றே விட்டுவிட்டு ஆபத்தான கெரில்லாவாக மாற முடிவெடுத்துச் சென்றார். நங்கஹூவாசு முகாமுக்கு சே வந்தபோது கெரில்லா உடையில் தானியா காட்சி அளித்தார். அவர் தன் அடையாளத்தை விட்டுவிட்டுந்வதுள்ளதால் இனி உளவாளியாக பணியாற்ற முடியாது. இது சேவுக்கு ஆத்திரத்தை ஏற்படுத்தியது. ஓங்கி கன்னத்தில் அடித்தார். தானியாவின் கெரில்லாக் கனவை அறிந்து கெரில்லாவாகச் செயல்பட அனுமதித்தார். 1967ஆம் ஆண்டு ஆகஸ்ட் 31 ஆம் நாள் வாடோ டெல் யேசோவில் இராணுவத்தினரால் கொல்லப்பட்டார். அப்போது செய்த பரிசோதனையில் அவர் கர்ப்பமாக இருந்தது கண்டறியப்பட்டதாகக் கயிறு திரிக்கப்பட்டாலும்; இதுவரை பிரதே பரிசோதனை அறிக்கை வெளியிடப்படவில்லை.

ஏப்ரல் 20 ஆம் தேதியே கெரில்லாக்கள் இரு குழுவாகப் பிரிக்கப்பட்டு வேறுவேறு மார்க்கத்தில் முன்னேறினர். தானியாவும் சேவும் ஒரே குழுவில் இல்லை. அப்படி இருக்க சே அவரின் கருவுக்கு காரணம் என்பது வடிகட்டிய பொய்யைத் தவிர வேறல்ல. ஏப்ரலில் ஐந்து மாதங்களாக அதாவது ஏப்ரல் முதலே சேவ சந்திக்காத தானியா எப்படி ஆகஸ்டில் சேவால் மூன்று மாத கர்ப்பமாக இருக்க முடியும்? பெனினோ கருத்துப்படி பின்னணி கெரில்லாப் படைப் பிரிவில் இருந்த அலெக்ஸாண்டருக்கு தானியாமீது காதல் இருந்தது. ஒருவேளை தானியா கர்ப்பமாக இருப்பின் அலெக்ஸாண்டரே காரணம்.

சிஐஏவின் முக்கிய உளவாளியும் கையாளுமான கஸ்டோடா வில்லோடோ என்பவராவர்; சே உடல் என்ன ஆனது என்பதை அறிந்தவர் இவர் மட்டுமே. இவர் சொல்கிறார், "தானியாவின் உடல் பிரேத பரிசோதனை எதுவும் செய்யப்படவில்லை. அவர் கருவுற்றிருக்கவில்லை. அவர் கருவுற்றதாகக் கூறப்படுவது உண்மை அல்ல. அதை நான் நம்பவும் இல்லை." இப்படி உண்மை இருக்க; சேவை பெண்பித்தராக போர்க்களத்திலும், பெண்சுகம் தேடிய காமுகராகச் சித்தரிக்க சிஐஏ தொடர்ந்து முயலுவதேன்? அவருடைய கம்பீரமான போராளி பிம்பத்தை உருக்குலைக்கவே எனில் மிகை அல்ல.

அடுத்து ஒரு முக்கியமான அவதூறு பரப்பப்படுகிறது. அதாவது சேவுக்கும் ஃபிடலுக்கும் கடுமையான முரண்பாடு இருந்தது. ஆகவே சேவைக் காப்பாற்ற ஃபிடல் முயற்சி செய்யவில்லை. சேவை காப்பாற்ற எடுக்கப்படும் முயற்சி தோல்வியடைந்தால் என்னாவது என்பது ஃபிடலில் கவலையாய் இருக்கவில்லையாம்;வெற்றி பெற்றுவிட்டால் என்ன செய்வது என்பதுதான் ஃ பிடல் கவலையாம். சிஐஏ எப்படிக் கண்ணீர்விடுகிறது பாருங்கள் ! சே கியூபாவில் ஒரு வீட்டில் மரணகாலம் வரை அடைந்து கிடப்பாரா ? அல்லது சர்வதேச உலகில் சேவை எப்படி முகங்கொடுக்க வைப்பது என்பதுதான் ஃபிடல் கவலையாம்.. எப்படியெல்லாம் திருகுதாளமாய் யோசிக்கிறார் பாருங்கள் ! இன்னொரு கதை நெருக்கடி முற்றிவிட்டதை சரியாகத் தெரிந்து கொண்ட ஃபிடல் உடனடியாகத் திரும்பி வருமாறு சேவைக் கேட்டுக்கொண்டதாகவும்; சே முரட்டுத்தனமாக மறுத்துவிட்டார்;ஏனெனில் அவர் கெரில்லா முறையில் வெற்றியை நெருங்கி விட்டதாக முரட்டுத்தனமாக நினைத்தாராம். இது எவ்வளவு ஆதாரமற்ற பொய் என்பதை சேவின் நாட்குறிப்புகள் சொல்லும்.

அதுபோல் பொலிவியாவுக்கு சே அனுப்பப்பட்ட சூழல் குறித்தும்; ஃபிடலுக்கு சேவைக் கைகழுவும் உள்நோக்கம் இருந்ததாகவும்;இன்னும் முற்றுப்பெறாத விவாதத்தை சிஐஏ அறிவுஜீவிகள் நடத்திக் கொண்டிருக்கின்றனர். இந்நூலிலும் ஒண்பதாவது அத்தியாயத்தில் "அவிழ்க்கப் படாமலிருக்கும் மர்ம முடிச்சுகள்." பற்றிப் பேசியுள்ளோம். எனினும், சில அரசியல் அம்சங்களைக் கவனத்தில் கொள்ளவேண்டும். அக்காலகட்டத்தில் சோவியத் - சீன கம்யூனிஸ்ட் கட்சிகளிடையே முரண்பாடுகள் முன்னுக்கு வந்தன. சர்வதேச கம்யூனிஸ்ட் முகாமிலும் இது கடும் தாக்கத்தை உருவாக்கியது. புரட்சியை லத்தின் அமெரிக்காவுக்கு ஏற்றுமதி செய்வது என்ற குறிகோளை சேவும் ஃபிடலும் வகுத்த போதிலும்; அரசு முறையில் அதனைப் பகிரங்கமாகச் செய்யவோ அல்லது ஒப்புக்கொள்ளவோ முடியாத சர்வதேச நிர்ப்பந்தம். கியூபப் புரட்சிகர அரசைப் பாதுகாத்துக் கொண்டேதான் தங்கள் சர்வதேசக் கடமையை அதாவது லத்தின் அமெரிக்கக் கடமையை ஆற்ற முடியும் என சேவும் ஃபிடலும் நம்பினர். எனவே, சர்வதேச அரசியலைச் சமாளிக்கும் அரசுமுறைப் பொறுப்புக்கேற்ப ஃபிடல் செயலாற்றுவதும்; சே வெளியே சொல்லப்படாமல் தங்கள் கொள்கையை அமலாக்கப் போராடுவதும் இருவரும் பரஸ்பரம் செய்துகொண்ட வேலைப்பிரிவினை.

இதுகுறித்து சைமன் ரீட் ஹென்றி எழுதிய நூலில் கோடிட்டுக் காட்டுகிறார் : "போர்க்காலம் போலவே சமாதான காலத்திலும் இருவரிடையே வேலைப் பிரிவினை இருந்தது. இந்த வேலைப் பிரிவினை அவர்களின் வேறுபட்ட கருத்துகளை சாதகமான விஷயமாக மாற்றியது. ஃபிடல் மக்களிடம் பேசினார். சே திரைக்குப் பின்னால் முக்கியமான புரட்சிகரமான அமைப்புகளிடம் பேசினார். போர்க்காலத்திய அணுகுமுறை போன்றதே சமாதான கால அணுகுமுறையும் இருந்தது. ஒருவர் மிகப் பெரிய புரட்சிகரமான திட்டத்தை வேண்டுமென்றே முன்வைப்பார். மற்றவர் அதற்கு எதிர்ப்பு தெரிவிப்பவர்களை அடையாளங்கண்டு அவர்களை சமாளிப்பார்."

இதன் பொருள், ஃபிடலுக்கும் சேவுக்கும் வெறும் நட்பு மட்டுமே இருந்தது; முரண்பாடே இல்லை என்பதல்ல. எந்த ஒரு நிறுவனத்திலும், இயக்கத்திலும் தனிநபர்களிடையே முரண்பாடுகளும்; உரசல்களும் தோன்றுவது இயற்கை. சிந்திக்கிற செயல்படுகிற எல்லோரிடையேயும் இப்படி முரண்பாடுகள் எழத்தான் செய்யும். சேவும் ஃபிடலும் மனிதர்கள்தானே; இரும்புப் பொம்மைகளில்லையே எனவே கருத்துவேறுபாடுகளும் முரண்பாடுகளும் இருக்கத்தான் செய்தன. மார்க்ஸ் எங்கெல்ஸ் நட்பு போல் அறிவார்ந்த நட்பாகவும்; லெனின் டிராட்ஸ்கி உறவு போல் முரண்பட்டதாகவும் இருந்தது. சக போராளிகளாய் இருந்த இவர்களின் நட்பு ஆழமானது. அதைக் கொச்சைப் படுத்த யார் முயலினும் லத்தின் அமெரிக்க மக்கள் ஏற்கமாட்டார்கள்; ஏனெனின், லத்தின் அமெரிக்க விடுதலைக்காக இருவர் இதயமும் ஒருபோலத் துடித்ததை அவர்கள் உணர்வுப்பூர்வமாக அறிவார்கள்.

சேவுக்கு வீராஞ்சலி செலுத்தி ஃபிடல் காஸ்ட்ரோ பேசியவை முழுவதையும் இன்றைக்குப் படித்தாலும் மெய்சிலிர்க்கும்; அவ்வுரையில் ஃபிடல் சொல்லுவார்:

"எதிர்கால மனிதர்கள் எப்படி இருக்க வேண்டும் என்பதற்கான முன்மாதிரியாய் அவர் திகழ்ந்தார். நமது மக்களுக்கு மட்டுமல்ல லத்தின் அமெரிக்காவிலுள்ள அனைத்து மக்களுக்கும் முன்மாதிரி ஆகியுள்ளார். மிக உயர்ந்த புரட்சிகர தன்னடக்கத்தையும் புரட்சிகர தியாகத்தையும் புரட்சிகர போர்க்குணத்தையும் புரட்சிகர செயலுரக்கத்தையும் சே வெளிப்படுத்தியுள்ளார். மார்க்ஸிய லெனினிய சிந்தனையை புதுமையை அப்படிழுக்கற்ற நேர்மையை அவர் வாழ்வில் காட்டியுள்ளார். சர்வதேசிய உணர்வை முழுமையாய்ப் பற்றி நிற்பதிலும் நடைமுறையில் செய்து காட்டியதிலும் வேறு யாரும் சேவுடன் போட்டியிட இயலாது. யாரேனும் ஒருவர் சர்வதேசியம்

குறித்து பேசுவதெனில், சர்வதேசிய உணர்வுக்கு எடுத்துக் காட்டு வேண்டுமெனில்; மற்றெவரையும்விட சேதான் ஓங்கி நிற்பார். அவர் உள்ளத்திலிருந்து இதயத்திலிருந்து தேசியக் கொடிகள், மனமாச்சரியங்கள், வெறி, மற்றும் தற்பெருமை ஆகியவை அனைத்தும் மறைந்து விட்டன. எந்த இடத்திலும் மக்களுக்காகவும் மக்கள் நல்வாழ்வுக்காகவும் இரத்தம் சிந்தத் தயாராய் இருந்தார் சே."

இந்த முன்னுதாரணமான சர்வதேசிய உணர்வுதான் ஏகாதிபத்தியத்தின் அடிவயிற்றில் புளியைக் கரைக்கிறது; ஆகவேதான் மாரத்தான் தொடர் ஓட்டம் போல் சே மீது மாரத்தான் தொடர் அவதூறு மழை பொழிந்த வண்ணம் இருக்கிறது ஏகாதிபத்தியம்.

அடுத்து, சேவின் கெரில்லாப் போர் முறை வெறுமே புரட்சியை வறட்டுத்தனமாக ஏற்றுமதி, இறக்குமதி செய்யும் சமாச்சாரமாக ஏகாதிபத்தியம் இன்றும் சித்தரிக்க முயலுகிறது; அது அடிப்படையில் ஆதாரமற்றது. சே கெரில்லாப் போர்முறை குறித்து 'ரெவல்யூஷன்' ஏட்டில் தொடர்கட்டுரை எழுதத் தொடங்கினார்; அக்கட்டுரை எதிரிகளால் தவறாக வியாக்கியானம் செய்யப்படக் கூடிய அபாயம் இருப்பதாக ஃபிடல் கருதினார். சேவுடன் பேசி அக்கட்டுரை நிறுத்தப்பட்டது; அது புத்தகமாகவும் வந்தது. ஆனால் சேவால் அது முழுமையாக எழுதி முடிக்கப்படாத ஒன்றே.

முதலாவதாக, லத்தின் அமெரிக்க நாடுகளின் வறுமை, பின்தங்கிய நிலைமை, ஏகாதிபத்தியம் இயற்கை வளங்களை சூறையாடும் சூழல் இவற்றைக் கணக்கில் கொண்டு; லத்தின் அமெரிக்க விடுதலையை கணக்கில் கொண்டு இவர்கள் கனவு கண்டதும்; கியூபாவுக்கு வெளியே இன்னொரு லத்தின் அமெரிக்க நாட்டில் புரட்சிப் பொறியை பற்ற வைக்க சிந்தித்ததும்;அதற்காக களம் கண்டதும் அவர்களின் லட்சிய தாகத்தின்பாற்பட்டதே ஒழிய அதில் சுயநலம் கிஞ்சிற்றும் இல்லை..

இரண்டாவதாக, கெரில்லா யுத்தம் மட்டுமே வெற்றியைக் கொண்டுவராது. மாறாக, கிராமப்புற விவசாயிகளை தங்கள் பக்கம் கொண்டுவருவதன் மூலமே சாத்தியமாகும் என்றே கருதினார். முயற்சித்தனர். காங்கோ அனுபவத்துக்குப் பின் சே எழுதினார், "போராட விரும்பாத நாட்டிற்கு நம்மால் விடுதலையை வாங்கித் தரமுடியாது. இங்கு போராட்ட உணர்வைத் தூண்ட வேண்டியதாயிருக்கிறது. வீரர்களை விளக்குவெளிச்சத்தில் தேட வேண்டியிருக்கிறது." கிட்டத்தட்ட இதே அனுபவம்தான் பொலிவியாவிலும் சேவுக்குக் கிடைத்தது. இதனை ஃபிடலும் உணர்ந்தே இருந்தார். அதன் பின்னர் அத்தகு முயற்சி இல்லை என்பது குறிப்பிடத் தக்கது.

அடுத்து அகபுற சூழல்கள் கனியும்வரை புரட்சிக்காகக் காத்திருக்க முடியாது என்று சேவும் ஃபிடலும் கருதியது, அன்றைய லத்தின் அமெரிக்க சூழல் சார்ந்தது; அதே சமயம் வறுமையும் கொடுமையும் மட்டுமே மக்களை புரட்சிகரப் பாதைக்குத் தள்ளிவிட முடியாது; ஒரு புரட்சிகரமான தத்துவம் மக்களைக் கவ்விப்பிடித்தால் அதுவே ஒரு இயற்பியல் சக்தியாகிவிடும். ஆனால் அது தானாகக் குதிராது; புரட்சிகர அமைப்பைக் கட்டி எழுப்ப வேண்டும் என்பது மார்க்சிய அணுகுமுறையே. இதனைப் புரிவதில் சில குறைபாடுகள் இருந்திருக்கலாம். ஆயினும் அவர்கள் நோக்கம் அப்பழுக்கற்றது.

சே ஒரு சந்தர்ப்பத்தில் எழுதினார், "லட்சியத்தில் உறுதியும், மக்களின் ஆதரவும், சாவைக் கண்டு அஞ்சாத பண்பும் கொண்ட ஒரு சிறுகுழுவால் ஒரு முறையான இராணுவத்தை வெல்ல முடியும் என்று நாங்கள் [கியூபா] காட்டியிருக்கிறோம். பொருளாதார ரீதியாக எங்களைப் போன்று விவசாயப் பிரிவைச் சேர்ந்த எமது லத்தின் அமெரிக்கக் கண்டத்து சகோதரர்களுக்கு படிப்பினை இன்னொன்றும் உண்டு; நாம் விவசாயப் புரட்சியை நடத்த வேண்டும்; மலைகளில் போர்புரிய வேண்டும்;இங்கிருந்து புரட்சியை நகரங்களுக்குக் கொண்டு செல்ல வேண்டும்; முழுமையான சமூக அடிப்படை இல்லாமல் நகரங்களில் புரட்சியை நடத்துவதற்கு முயற்சிக்கக் கூடாது." இதனை ஊன்றிப் படித்தால் சே வறட்டுத்தனமான போராட்டத்தை ஒரு சர்வரோக நிவாரணியாக ஒரு போதும் முன்மொழியவில்லை என்பது புலனாகும்.

இன்னும் தெளிவாக சே சொல்லுகிறார், "தேர்தலின் ஏதேனும் ஒரு வடிவத்தின் மூலம்,அது மோசடியாக இருந்தாலும் இல்லாவிட்டாலும் ஒரு அரசு அதிகாரத்தைக் கைப்பற்றி அரசியல் நிர்ணய சட்டத்தின் அடிப்படையில் சட்டபூர்வமான தன்மையைத் தோற்ற அளவிலேனும் பேணிப் பாதுகாக்குமானால் அப்போது குடியுரிமைக்கான போராட்ட வாய்ப்புகள் முற்றிலும் மறைந்து விடாதிருப்பதால் கெரில்லா நடவடிக்கைகள் நடைபெற முடியாது. கெரில்லா போர்முறை வெகுஜனங்களின் போராட்டமாகும்; மக்களின் போராட்டமாகும்: ஆயுதமேந்தியக் குழு என்ற வகையில் கெரில்லாக்களின் குழு மக்களின் முன்னணிப் படையாகும்; இப்படையின் மாபெரும் வலிமை மக்களிடமிருந்துதான் பிறக்கிறது."

காங்கோ நாட்குறிப்பையும் பொலிவிய நாட்குறிப்பையும் கூர்ந்து படித்தால், மக்கள் ஆதரவைத் திரட்ட சே முயற்சித்ததும்; கள யதார்த்தம் சாதகமில்லாமல் இருந்ததும் விளங்கும். அந்தத் தோல்விகளின் வரலாற்றை நாள் விடாமல் சே பதிவு செய்ததின்

நோக்கமே இனி வரும் காலத்தில் போராளிகள் செய்யக்கூடாதவற்றை உணர்த்தத்தான். ஆகவே சேவைப் பற்றிய தவறான பிம்பத்தைக் கட்டியமைக்கும் ஏகாதிபத்தியத்தின் எவ்வித முயற்சி எப்போதும் பயனளிக்காது. ஏகாதிபத்திய சதிக்கு இடம் கொடுக்கவும் கூடாது.

சே ஒரு மார்க்சிஸ்டல்ல என்று நிறுவ ஒரு முயற்சி நடக்கிறது. சே வாழ்க்கை பெரும்பாலும் பயணத்தில் கழிந்ததும்; புத்தகம் படிக்கும் ஆர்வம் உள்ளவராக இருப்பினும் மார்க்ஸ் எங்கெல்ஸ் படைப்புகளை முழுவதுமாகப் படிக்க வாய்ப்பு அமைய வில்லை மேலும், கியூபாவுக்குள் நுழையும் வரை அவர் எந்த ஒரு கட்சியிலும் உறுப்பினரல்ல ஆதலால் அவர் முறையான மார்க்சிய வகுப்புகளுக்குச் சென்றது மிகக்குறைவே. இவ்வளவுக்கு மத்தியிலும் அவர் தொடர்ந்து மார்க்சியத்தைப் பயின்று வந்ததையும்;கியூபாவில் வங்கித் தலைவராக பணியாற்றிய போது மார்க்சிய பொருளாதாரத்தைக் கற்க பெரும்முயற்சி மேற்கொண்டதையும்;அதுவே ஒடுக்கப்பட்ட மக்களுக்கு விடுதலை மார்க்கம் என்றும் நம்பியதையும் அவருடைய சொல்லும் செயலும் காட்டுகின்றன. "மார்க்ஸ் எங்கெல்ஸ் வாழ்வும் பணியும்" சே எழுதின சிறிய புத்தகம் அவரது மார்க்சியப் பற்றையும் புரிதலையும் பறைசாற்றும். மேலும் அவரது உரையாடல்கள், எழுத்துக்கள், சிந்தனைப் போக்கு, அனைத்தும் அவரை மார்க்சிஸ்ட் என்றே நமக்கு அடையாளம் காட்டும். அவரின் புரிதலில் குறையே கிடையாதா ? நிச்சயம் உண்டு. ஆனால் லட்சியத்துக்கான அர்ப்பணிப்பின் முன் அது பொருளற்றது.

சேவின் மனைவி அலெய்டா மிக உறுதியாக சேவின் புகழைப் பரப்பிவதிலும், சேவின் நாட்குறிப்புகளை வெளிக்கொணர்வதிலும் முன்நின்றார். ஃபிடல் காஸ்ட்ரோ எப்போதும் சே குடும்பத்துக்கு உறுதுணையாய் இருந்தார். ஏகாதிபத்திய சதியும் அவதூறுகளும் எள்முனை அளவுகூட அவரின் உறுதியை லட்சிய வாழ்வை சிதைக்க முடியவில்லை.

சேவும் அவரது தோழர்களும் புதைக்கப்பட்ட இடம் எதுவெனத் தெரியாமல் ஃபிடலும் அலெய்டாவும் மனம் வருந்தினர்; ஓயவில்லை தங்களின் சக்தி முழுமையையும் பயன்படுத்தி நுணுகி அலசினர். சிஐஏவும் அமெரிக்க ஏகாதிபத்தியமும் மனிதத்தன்மையை மொத்தமாகக் குழிதோண்டிப் புதைத்து விட்டு; இதயத்துக்கும் வாய்க்கும் இரும்புப் பூட்டுப் போட்டுக்கொண்டது.

கியூப ஆய்வாளர்கள் அடிஸ் கப்புல்,ஃப்ராய்லன் கோன்ஸாலஸ் ஆகியோர் பாண்டோ இராணுவக் காப்பரணுக்கு அருகிலோ வாலே கிராண்ட் விமான நிலைய ஓடுபாதை அருகோ புதைக்கப்பட்டிருக்கலாம் என சந்தேகித்தனர். சே புதைக்கப்பட்டு 28 ஆண்டுகளுக்குப் பிறகு தகவல் கொஞ்சம் தகவல் கசிந்தது.. ஆயினும், கண்டடைய மேலும் இரண்டு ஆண்டுகளாயின.. ஏன். ஏன்..??

12

உயிர்தெழும் உறங்காக் கங்கு..

"நான் சே குவேராவைப் புதைத்தேன். அவர் உடல் எரிக்கப்படவேயில்லை. அவர் உடல் வெட்டப்படுவதை நான் கடுமையாக எதிர்த்ததைப் போலவே, எரிப்பதற்கும் நான் அனுமதிக்கவில்லை. அடுத்த நாள் மற்ற இரு கெரில்லாக்களின் உடல்களுடன் அவருடைய உடலையும் லாரியில் ஏற்றிச் சென்றேன். ஒரு பொலிய டிரைவரும் லெப்டினெண்ட் பாரியண்டோஸும் என்னுடன் வந்தார்கள் என நினைக்கிறேன். நாங்கள் தற்காலிக விமானத்தளத்துக்குச் சென்று உடல்களைப் புதைத்தோம். என்னால் உடனடியாக அந்த இடத்தை அடையாளம் காணமுடியும். நன்றாகத் தேடினால் அவர்களால் அவருடைய உடலைக் கண்டுபிடிக்க முடியும். அவருடைய கைகள் மருத்துவரால் வெட்டியெடுக்கப் பட்டிருப்பதால், அவருடைய உடலை எளிதில் கண்டுபிடிக்க முடியும். அவருடைய தலை துண்டிக்கப்படவில்லை." இதனைச் சொன்னவர் சிஐஏ ஏஜெண்ட் கஸ்ட்டோடா வில்லோடோ..

காலம் எவ்வளவு வேகமாய் ஓடுகிறது; சேவின் முதல் மனைவி ஹில்டா புற்றுநோயால் இறந்துவிட்டார். அவர் மகள் ஹிப்பி ஆகிவிட்டார். சே தன் கடைசிக் கடிதத்தில் வற்புறுத்தி அறிவுறுத்தியபடி சே மரணத்திற்குப்பின் அலெய்டா மார்ச் மறுமணம் செய்து கொண்டார். மிராமரில் குடியேறினார். ஆய்வுக்கூடம் துவங்கினார். ஆயினும், அலெய்டாவும் அவரது பிள்ளைகளும் சேவினை நினைத்துக் கொண்டே, அவர் புகழைப் பரப்பிக்கொண்டே இருந்தனர். சே உடலை மீட்க முயன்றுவந்தனர்.

கியூப அரசும் சரி, உலகெங்கிலும் உள்ள ஆய்வாளர்களும் சே புதைக்கப்பட்டிருப்பார்; பொலிவிய இராணுவ சர்வாதிகாரி சொல்வது போல் எரிக்கப்பட்டிருப்பதற்கு எந்த வாய்ப்பும் இல்லை என்று உறுதியாக நம்பினர். காரணம், பொலிவியாவில் பெரும்பான்மையாக உள்ள கத்தோலிக்க கிறித்துவப் பிரிவிலும். உள்ளூர் நாட்டார் மரபிலும் இறந்தவர்களைப் புதைப்பதே வழக்கம்; எரிப்பதல்ல. மேலும், வழக்கத்துக்கு மாறாக எரித்தலில்

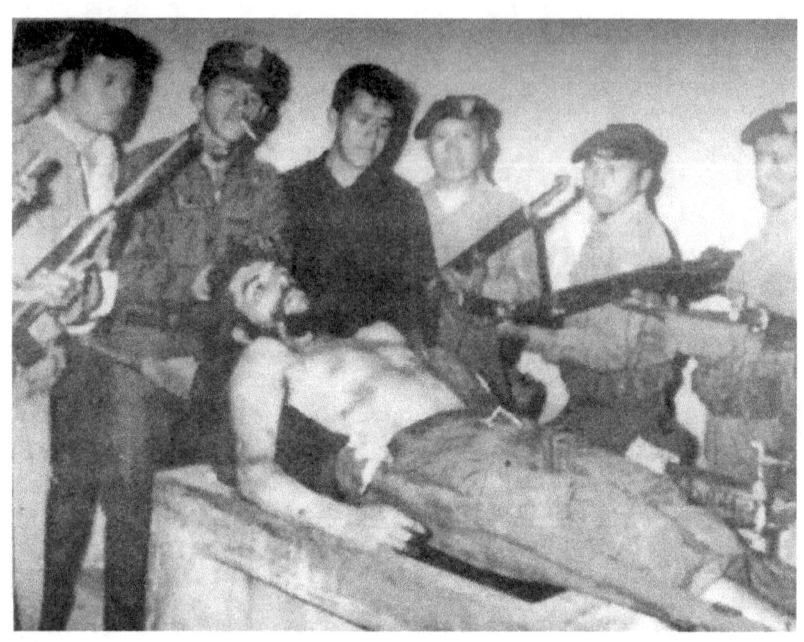

ஈடுபட்டால் அது மக்களின் உடனடியான கவனத்துக்கு உரியதாக மாறியிருக்கும். எனவே சே எரிக்கப்படவில்லை. அது மட்டுமல்ல ராணுவத்தால் கொல்லப்பட்டவரின் உடல் எனினும் அவரவர் சார்ந்த மத அடிப்படையிலேயே இறுதி நிகழ்வு இருக்கும். சே கிறித்துவ மதத்தைச் சேர்ந்தவர் என்பதால் பொலிவிய ராணுவமும் சிஐஏவும் அவரை புதைத்திருக்குமே தவிர எரித்திருக்காது...ஆகவே எரிக்கப்பட்டதாகப் பரப்பிய பொய்யை யாரும் நம்பவில்லை. இதுவே புதைத்தவர்களுக்கு சவாலானது..

மறுபுறம்,கியூப ஆய்வாளர்கள் அடிஸ் கப்புல்,ஃப்ராய்லன் கோன்ஸாலஸ் ஆகியோர் தொடர்ந்து புலனாய்வு செய்து பாண்டோ இராணுவக் காப்பரணுக்கு அருகிலோ வாலே கிராண்ட் விமான நிலைய ஓடுபாதை அருகிலோ புதைக்கப்பட்டிருக்கலாம் என சந்தேகித்தனர்.

சே புதைக்கப்பட்டு 28 ஆண்டுகளுக்குப் பிறகு   1995 நவமர் மாதத்தில் பொலிவிய நகரமான ஸாண்டா க்ரூஸில் எழுத்தாளர்ஸான் லீ ஆண்டர்சன் தான் எழுதவுள்ள சேவின் வாழ்க்கை வரலாற்றுக்காக மேற்கொண்ட உரையாடல் ஒன்றில் ஓய்வுபெற்ற இராணுவ ஜெனரல் மரியோ வர்காஸ் சில உண்மைகளைக் கக்கிவிட்டார். "மேஜர் ஃப்ளோரஸ்ஸும் நானும் சேர்ந்தே புதைத்தோம். சேவின் கைகளற்ற உடலும், இதர

கெரில்லாக்களின் உடலும் வாலே கிராண்டா ஓடுபாதைக்கு அருகில் புதைக்கப்பட்டன.".இவரின் இச்செய்தி மேற்கத்திய ஊடகங்களில் தலைப்புச் செய்தியாகப் பரபரப்புத் தொற்றிக்கொண்டது. இதனால் உலகத்தின் எல்லா மூலையிலும் சே உடல் எங்கே புதைக்கப்பட்டது என்கிற கேள்வி எதிரொலித்தது.

பொலிவிய நிலைமை மாறியிருந்தது. கோன்ஸாலோ சாஞ்சஸ் குடியரசுத் தலைவராகத் தேர்ந்தெடுக்கப் பட்டிருந்தார்.மக்களால் தேர்ந்தெடுக்கப்பட்ட வாலே கிராண்ட நகர் மேயர் அந்தப்பகுதியை நினைவுச் சின்னமாகவும் சுற்றுலாத் தலமாகவும் அறிவிக்கக் கோரினார். குடியரசுத் தலைவர் சாஞ்சஸோ உடனே சே உடலைத் தோண்டியெடுத்து கிறித்துவமுறைப்படி அடக்கம் செய்ய உதரவிட்டார். இராணுவம் எதிர்த்தாலும் ஆணையை மீறமுடியாத சூழல். ஒரு புறம் சே உடலைத் தேடுவதாக பாவலா பண்ணிக்கொண்டிருந்தது. மறுபுறம் மரியோ வர்காஸ் தங்களுக்குத் துரோகம் செய்துவிட்டதாகக் கருதிய ராணுவம் மிரட்டியது. இதனால் புதைக்கப்பட்ட இடத்தை அடையாளம் காட்டச் சொல்லியபோது அவர் நினைவிலில்லை என மிரட்டலுக்கும் ஆசை வார்த்தைக்கும் பயந்து நழுவி ஓடினார். அதற்குப் பரிசாக சிஐஏ உதவியுடன் நாடுநாடாக சுற்றினார். மறுபுறம், சேவின் உடலைத் தேடும்பணி முடுக்கிவிட்டது. 1997 வரை எந்தப் பலனும் கிட்டவில்லை.

இங்கே அந்த வில்லன் நுழைகிறார். அவன்தான் கஸ்ட்டோடா வில்லோடோ.இவர் யார்? இவரின் தந்தை வில்லோடோ உதிரிப் பாகங்களை வாங்கி கார் தயாரிக்கும் மோசடிக் கம்பெனி நடத்திவந்தார். காஸ்ட்ரோ வெற்றிபெற்ற பின்னர் அந்தக் கம்பெனியில் பணிபுரியும் ஒருவன் கொடுத்த புகார் அடிப்படையில் கைது செய்யப்பட்டு சிறைவைக்கப்பட்டார்.இவர் சர்வாதிகாரி பாடிஸ்டா ஆட்சியில் முறைகேடாக செய்த பல மோசடிகள் அம்பலத்துக்கு வந்தன. 300 கார்களுடன் அந்தக் கம்பெனியை நாட்டுடமை ஆக்கினார் தொழில் அமைச்சராக இருந்த சே; இதனைத் தாங்கமுடியாமல் வில்லோடோ 1959 பிப்ரவரி 16 ஆம் தேதி ஏராளமானத் தூக்கமாத்திரைகள் சாப்பிட்டு தற்கொலை செய்து கொண்டார்.

தந்தை சாவுக்குப் பழிவாங்க மகன் கஸ்ட்டோடா வில்லோடோ புறப்பட்டார். நாட்டைவிட்டு வெளியேறி பன்றி வளைகுடா தாக்குதலில் ஈடுபட்டார். 1964ல் சிஐஏவில் சேர்ந்து பயிற்சி பெற்றார். சேவைப் பின் தொடர காங்கோவுக்கு அனுப்பப்பட்டவர் இவரே.பொலிவியாவில் இராணுவ உடையில் திரிந்ததும் இவரே.

லாஹிகுவாராவில் இராணுவ ஹெலிகாப்டரில் வந்திறங்கியதும் இவரே ! இவரின் வாக்குமூலத்தைத்தான் இந்த அத்தியாயத்தின் முதலில் பார்த்தோம். மர்ம முடிச்சு அவிழத்தொடங்கியது.

சில எலும்புக்கூடுகள் பூமியிலிருந்து தோண்டி எடுக்கப்பட்டன. கைகளின்றி இருந்த அந்த உடல் கருப்பு பெல்ட் அணிந்திருந்த அந்தஉடலே சே குவேரா என அடையாளம் காணப்பட்டது. அங்கிருந்து 20 கிமீ தள்ளி இருக்கும் சாந்தா குரூஸிலுள்ள மருத்துவமனையில் அந்த எலும்புகள் உலோகத் தகட்டில் வைக்கப்பட்டன. கிழிந்து நைந்துபோன ஆடை, ஷூ எல்லாம் வைக்கப்பட்டன. புதைப்பதற்குமுன் எடுக்கப்பட்ட புகைப் படங்களோடு ஒப்பீடு செய்யப்பட்டது.

"அந்தக் கணத்திலேயே எனக்குத் தெரிந்து விட்டது அவர் சே குவேராதான்" என்கிறார் ஒசினா. வாலே கிராண்டா மருத்துவமனை சலவை அறையில் முப்பது வருடங்கள் முன்பு சே உடலை பார்த்த போது ஒசினாவுக்கு வயது 19. அப்போது அவர் யாரெனத் தெரியாது. பின்னர் தெரிந்து கொண்டு வியந்தார்.இப்போது அந்த உடலைக் கண்ட மாத்திரத்திலே அடையாளம் கண்டு கொண்டார்.

சேவின் செயல்பாடுகளை சரியாக உணராமல் கிராம மக்கள் உணவுகூட தரமறுத்ததுண்டு. இராணுவத்தினரின் மிரட்டலுக்குப் பயந்து ஒதுங்கிச் சென்றதும் உண்டு. ஆனால் லாஹிகுவாராவில் அவருடல் இராணுவ ஹெலிகாப்டரில் எடுத்துச் செல்லப்பட்ட அந்த நொடியிலிருந்து சே விஸ்வரூபம் எடுக்கலானார்.

கிழிந்த உடையில் இரத்தக் கறைகளோடு சேவைப் பார்த்தபோது 'சிலுவையில் அறையப்பட்ட ஏசுவைப் போல' இருந்ததாக மக்கள் கூறலானார்கள். 'சாண்டோ எர்னஸ்டோ' என கடவுளாக்கி வழிபடவும் துவங்கிவிட்டனர். வீரமரணம் அடைந்தவர்களை வழிபடும் மரபின் தொடர்ச்சியாக இருக்கலாம்.

சேவின் உடலை - அதுவும் புதைக்கப்படு 30 ஆண்டுகளுக்குப் பின் தோண்டி எடுக்கப்பட்ட உடலைக் காணவும், வீர அஞ் சலி செலுத்தவும் லாகுவாராவிலும் வாலே கிராண்டாவிலும் திரண்ட மக்கள் கூட்டம் சே உயிர்த்தெழுந்த கங்கென்பதை உலகுக்கு பறை சாற்றியது; சே கொல்லப்பட்டபோது அந்தச் செய்தியை எதிர்மறையாய் வெளியிட்ட ஊடகங்களும் இப்போது வீரகாவியமாய் சித்தரிக்க ஆரம்பித்தன.

காஸ்ட்ரோ,ரால், அலெய்டா ஆகியோர் சேவின் உடலை பெற்றுக்கொண்டனர். சே உடலை கியூபாவில் வரவேற்று அஞ்சலி செலுத்தக் கூடிய மக்கள் கூட்டம் ;சே கியூப மக்களின் நெஞ்

சத்தில் சம்மணம் போட்டு உட்கார்ந்திருப்பதைப் பறை சாற்றியது. கியூபாவில் ஸாண்டா கிளாரா நகருக்கு வெளியே கட்டப்பட்ட நினைவகத்தில் சேவின் உடல் சகல மரியாதைகளுடனும் பலலட்சம் மக்கள் பங்கேற்புடன் 1997 அக்டோபர் 17 நாள் புதைக்கப்பட்டது. உயிர்ந்தெழுந்த அந்த உறங்காக் கங்கு உலகெங்கிலும் புதிய செய்தியை உரக்கச் சொல்லியது.

அப்போது காஸ்ட்ரோ ஆற்றிய உரை உணர்ச்சிப் பிழம்பாய் தகித்தது:

"மீண்டும் ஒரு போதும் நிகழ முடியாத உணர்ச்சிகரமான அற்புதக் கணங்களில் ஒன்றில் நாம் ஆழ்ந்த ஈடுப்பாட்டுடன் கரைந்து நிற்கிறோம்.நாம் சேவுக்கும் வீரம் செறிந்த தோழர்களுக்கும்

விடைகொடுக்க இங்கு நாம் கூடவில்லை; சேவை வரவேற்கவே கூடியுள்ளோம்.

நான் சேவையும் அவரது சக தெரில்லாக்களையும் வலிமைமிக்க படையாக போராளிகள் இயக்கமாகக் காண்கிறேன்.

சேவைக் கடந்து செல்லும் ஒவ்வொரு நாளிலும் தார்மீக கோபம்கொண்ட அசுரனாகக் காண்கிறேன். அவரது பிம்பம், அதன் வீரியம் அதன் தாக்கம் உலகெங்கும் பன்மடங்கு அதிகரித்துள்ளதைக் காண்கிறேன்.

ஒரு நினைவுத் தூணில் அடங்கக்கூடியவரா அவர் ?

இந்த சதுக்கத்துக்குள் ஒடுங்குபவரா அவர் ?

என் அன்புக்குரிய - ஆனால் இந்த சிறியதீவிலா முடங்குவார் அவர் ?

அவர் எதற்காக கனவு கண்டாரோ - வாழ்ந்தாரோ - போராடினாரோ அந்த உலகில் அவருகென நிரந்தர இடம் என்றென்றைக்கும் உண்டு.

மனித சமூகம் எந்த அளவு அதிகம் சுரண்டப்படுகிறதோ எந்த அளவு அசமத்துவமும், வேலையின்மையும், பஞ்சமும், பட்டினியும், துன்பதுயரங்களும் உள்ளனவோ அந்த அளவுக்கு சேவின் பிம்பம் மேலும்மேலும் விஸ்வருடமெடுக்கும் !..................

சே முன்னெப்போதையும்விட மேலுமதிகப் போர்க்களங்களில் நிற்கிறார். வெல்கிறார்.. உங்கள் முன்னுதாரணத்துக்கு நன்றி சே! "
....

"சே ஃபிடல் காஸ்ட்ரோ உறவு அந்த 1967 அக்டோடரோடு முடிந்துவிடவில்லை. சேவின் மரணம் பற்றிய சிந்தனைகள் அந்த ஆண்டு மட்டுமின்றி, அவர் பதவி வகித்த முப்பத்து ஒன்பது ஆண்டுகளும் அவர் ஃபிடலின் மனதை ஆக்கிரமித்துக்கொண்டே இருந்தன.பலவருடங்கள் கழித்து ஒரு பத்திரிகையாளர் சே பற்றிக் கேட்டபோது, ஃபிடல் எழுந்து நின்று தலையைச் சாய்த்து, கைகளை பளபளப்பான தன் மேஜை மேல் ஊன்றி, தனக்குத்தானே பேசிக்கொள்வது போன்ற மெல்லிய குரலில் ' நான் சே பற்றி நிறையக் கனவுகாண்கிறேன். அவர் உயிரோடு இருப்பதாக சீருடையில் இருப்பதாக நாங்கள் பேசுவதாகக் கனவு காண்கிறேன்" இப்படி ஃபிடல் உணர்ச்சி வசப்பட்டாரென செமன் ரீட் ஹென்றி தன் நூலில் விவரிக்கிறார். மேலும் அவர் சொல்கிறார்:

"நாற்பதாண்டுகளாக ஃபிடல் வாழ்க்கையைப் பாதித்த சே அருகில் இல்லை. ஆனால் அந்த நண்பரின் ஆளுமையிலிருந்து அவரால் தப்ப முடியவில்லை. தொப்பிக்குக் கீழே சுருண்டு தொங்கும்

தலைமுடியோடு கண்கள் எங்கோ நிலைகுத்தி இருக்கும்படியான சேவின் புகைப்படம் ஆல்பெர்ட்டோ கோர்டாவால் எடுக்கப்பட்ட சேவின் அந்தப் புகைப்படம் போல் அதிகமாகப் பிரதி எடுக்கப்பட்ட புகைப்படம் உலகில் வேறொன்றும் இல்லை.அவரது ஓய்வறியா ஆற்றலின் வெப்பம் கொப்பளிக்கும் படம் அது. அந்தக் கெரில்லாப் போராளியை அப்படியே மீட்டுருவாக்கம் செய்யும் படம் அது. சே அங்கீகரிக்காத படமும் அதுவே ! அப்படத்தை ஃபிடல் பலமுறை பலவிதங்களில் பயன்படுத்தி உள்ளார். அதன் முன் நின்று உபதேசித்திருக்கிறார்; ஆவேசமாக உரையாற்றி இருக்கிறார்; புகழ்ந்து நயந்து வியந்து பேசியிருக்கிறார். அதை உதாரணம் காட்டிப் பேசியிருக்கிறார். மக்களிடம் தேவைப்படும் தியாக குணத்திற்கு உதாரணமாகக் காட்டி பேசியிருக்கிறார்.' சே இன்னும் வாழ்கிறார். ஏனென்றால், அவருக்கு ஃபிடல் என்ற ஊடகத்துறை தூதர் இருக்கிறார் "என்றார் சைமன் ரீட்

ஒருவகையில் அது உண்மை; ஆனால் சேவின் சமரசமற்ற போர்க்குணமும் தியாகமுமே அவரை இன்றும் உயிர்ப்புடன் இருக்கவைத்திருக்கிறது. அவருடைய அரசியல் ரீதியான பொருளாதார ரீதியான தவறுகள் கெரில்லாப் போராட்ட தோல்விகள், இழப்புகள எல்லாவற்றையும் மீறி சே நிற்கிறார். காரணம், அவரது போர்க்குணம், துணிவு, அர்ப்பணிப்பு ஆம் இவைதான் அவரை இன்னும் நினைக்கச் செய்கிறது. அவரது தோல்விகளும் அனுபவங்களும் பாடமாகின்றன. ஈயடிச்சான் காப்பி அடிப்பதற்காக அல்ல - மாறாக, போர்க்குணத்தை அக்னிக் குஞ்சை நெஞ்சில் அடைகாக்கவே சே காலந்தோறும் நினைக்கப்படுகிறார்.

எட்வர்டோ காலினோ எனும் எழுத்தாளர் சொல்கிறார்; "ஏன் சேவுக்கு மட்டும் இப்படி மீண்டும் மீண்டும் பிறப்பெடுக்கும் பழக்கம் உள்ளது ? அவன் எந்த அளவு கேவலப்படுத்தப் படுகிறானோ, சூழ்ச்சிகளில் சிக்கவைக்கப்படுகிறானோ, ஏமாற்றப்படுகிறானோ அந்த அளவு அவன் மீண்டும் வருகிறான். மற்றெவரையும் விட அவனுக்குப் பிறவிகள் அதிகம். நினைத்ததைச் சொல்வதாலா ? அவன் சொன்னதைத்தான் செய்ததாலா ?வார்த்தைகளும் செயல்களும் வெகு அபூர்வமாகவே ஒன்று சேரும்; இவ்வுலகில் இதுதான் காரணமோ ?" அவர் சொன்ன மறுபிறவி என்பது இந்துக்களின் நம்பிக்கைப்படியான மறுபிறவி அல்ல; காலந்தோறும் போர்க்குணத்தின் குறியீடாக அவன் எழுகிறான் என்பதுதான்.

மாதவராஜ் அவரை வர்ணிப்பது போல: "ஒரு நிமிடம் கூட சும்மா இருக்கவிடாத வேகம்தான் சே குவேரா; காடுகளில் ஒரு நாள் எந்த நிகழ்ச்சியுமில்லாமல் கழிந்தால் அதனை மிகுந்த வேதனையோடு

தனது நாட்குறிப்பில் எழுதி வைக்கிறார்.ஒவ்வொரு கணமும் செயல்களாலும் சிந்தனைகளாலும் நிரம்பி இருக்க வேண்டுமென்று வாழ்ந்து காட்டியிருக்கிறார்.." ஆகவே, செயல்பட விரும்புவோருக்கு உளுக்கம் தருபவராய் அவர் இன்றும் திகழ்கிறார்.

39 வயதுக்குள் எத்தனை எத்தனை அவதாரங்கள் எவ்வளவு அனுபவங்கள்.. அடடாவோ.. அடடா!!

மருத்துவராக,

மோட்டார் சைக்கிள் பயணியாக,

செஸ் விளையாடுபவராக,

போட்டோகிராபராக,

கெரில்லாப் போராளியாக,

மலையேறுபவராக,

விமானம் ஓட்டியாக,

பத்திரிகையாளராக.

எழுத்தாளராக,

வங்கித்துறையின் தலைவராக,

அமைச்சராக,

கரும்பு வயல்களில் அறுவடை இயந்திரம் இயக்குபவராக,

சுரங்கத் தொழிலாளியாக,

இன்னும்.. இன்னும்.. உண்டு

எல்லோரையும் போல் தாய்க்கு மகனாக, மனைவிக்கு கணவனாக, பிள்ளைகளின் தந்தையாக, நண்பர்கள், தோழர்கள் சூழ்ந்தவராக..

கம்யூனிஸ்டாக,

புத்தகக் காதலராக,

அறிவைத் தேடிக்கொண்டே இருந்தவராக,

அநீதியை எதிர்த்துக் கொண்டே இருந்தவராக,

நாடுகளைத் தாண்டி, மொழிகளைத் தாண்டி, இனங்களைத் தாண்டி, மதங்களைத்தாண்டி மானுடத்தை நேசித்த மானுடம் வாழப் போராடியவர்; அவர் தான் "சே குவேரா"

சேவின் மரணம், அவருடைய லட்சியங்களுக்கு ஏற்பட்ட மரணமல்ல; நமது யுத்தத்தின் முடிவுமல்ல; ஆகவேதான், இன்றும் ஏகாதிபத்தியம் மிரளுகிறது. ஒருபுறம் அவதாறுகளையும் கட்டுக்கதைகளையும் தொடர்ந்து கொண்டே அவனை வெறும் வர்த்தகச் சின்னமாக்கிச் சிதைக்க முயல்கிறது. சே யாரென

அறியாதவர்கள் கூட பனியனில், தொப்பியில் அணிந்து திரிவது அன்றாடக் காட்சியாகிறது. பீர் விளம்பரத்திலும் இன்னபிற விளம்பரங்களிலும் சேவின் படத்தை வர்த்தகச் சின்னமாக பொறித்துவிட்டு சினந்தெழுந்த மக்கள்முன் தாக்குப்பிடிக்க முடியாமல் திரும்பப் பெற்றது ஏகாதிபத்தியம். மறுபுறம் சரியாகவோ தப்பாகவோ நல்லதுக்கோ கெட்டதுக்கோ போராடுகிற ஒவ்வொருவரும் சேவைச் சுமக்கிறார்கள்..இங்கேதான் ஆபத்து அதிகம்.

அவர் அர்ஜென்டீனர். ஆனால் கியூபாவில் ஃபிடலுடன் தோள் இணைந்து வென்றவர். கியூப மக்களின் நெஞ்சத்தில் நிரந்தரமாகக் குடியேறிவிட்டவர், காங்கோவில் போராடினார். பொலிவியாவில் போராடி உயிரை அர்ப்பணித்தார். அவரின் சர்வதேசியத் தோழமை ஈடு இணையற்றது; குறுகிய இனத்தூய்மை வாதம் பேசுவோரும்; ஏகாதிபத்தியத்தின் அடிவருடிகளும் சுயநல அரசியல் வியாபாரிகளும் அவர் பெயரை உச்சரிக்கக்கூட அருகதை உண்டோ ?

சே இலக்கில்லாப் போராளி அல்ல; ஏகாதிபத்தியத்தை இந்தப் பூமிப் பந்திலிருந்து முற்றாகத் துடைத்தெறிய வேண்டும் என்கிற அடங்கா லட்சியதாகத்துடன் பயணித்தவரன்றோ ! இந்த ஏகாதிபத்தியம் முன்னிலும் நுட்பமாய் உலகமயப் போர்வையில் மொத்தமாய் கபளீகரம் செய்ய கவர்ச்சி முழக்கங்களோடு களத்தில் நிற்கிறது. இந்த உண்மையை உணராத எவருக்கும் இதை எதிர்த்துப் போராடாத எவராயினும் அவருக்கு சேவின் பெயரை உச்சரிக்கக் கூட அருகதை உண்டோ?

உலகம் முழுவதுமுள்ள இயற்கை வளங்களைச் சூறையாடுவதும் உலகம் முழுவதும் ஈவிரக்கமின்றிச் சுரண்டுவதும் சகல மனித உரிமைகளையும் மாண்புகளையும் காலில்போட்டுத் துவம்சம் செய்வதும்; ஏகாதிபத்திய ஆதிக்க வெறியின் இன்றைய வடிவமே "உலகமயம்". இதற்கு எதிராக உலகெங்கும் பாட்டாளிவர்க்கமும் ஒடுக்கப்பட்ட மக்களும் போராடுகிற ஒவ்வொரு இடத்திலும் ஒவ்வொரு நிமிடத்திலும் சே முன்னுதாரணயாய்த் திகழ்ந்த "சர்வதேசியம்" வீறு கொண்டெழுகிறது. இதனைப் புரிந்து கொள்ளாத எவருக்கும் சேவின் பெயரைச் சொல்லவும் உரிமையுண்டோ ?

ஒரு குழந்தை தங்கக்கிண்ணத்தில் பாலருந்த ஆசீர்வதிக்கப்பட்டதாகவும்; இன்னொரு குழந்தை பிச்சைகேட்டு கைநீட்டும்படியும் சபிக்கப்பட்டதாகவுமான சமூக ஏற்றதாழ்வை வெட்டிச் சாய்க்க குரல் எழுப்பாத எவருக்கும் சேவின் பெயரை உச்சரிக்க உரிமை ஏது ?

மனித உரிமை, சமத்துவம், ஜனநாயகம் இவற்றின் ஆழ்ந்த பொருளை அறியமுடியாதவர்கள் உழைக்கும் வர்க்கத்தின் உரிமைப் போராட்டத்தை உதாசீனப்படுத்தும் எவருக்கும் சேவின் பெயரைச் சொல்லவும் அருகதை உண்டோ !

"நீங்கள் பூக்களை வெட்டி எறிந்துவிடலாம்; ஆனால் வசந்தத்தை நிறுத்திவிட முடியாது" என்கிற லத்தின் அமெரிக்கக் கவிதைவரிகளோடு சேவை வீதியெங்கும் அங்குள்ள இளைஞர்கள் திரள்வது தற்செயலானதல்ல; சரித்திரத்தின் இயங்குவிதியே அதுதான் !

"நான் தோற்றுப் போகலாம். அதன் பொருள், வெற்றி சாத்தியமற்றது என்பதல்ல. எவரெஸ்ட் சிகரத்தில் ஏற முயன்று தோற்றவர்கள் நிறைய உண்டு; ஆயின் எவரெஸ்ட் சிகரம் இறுதியில் வெல்லப்பட்டது" என்பார் சே. அந்த நம்பிக்கை விதைகள் எங்கும் தூவப்பட சே நம்முன் வழிகாட்டியாய் ஒளிர்கிறார் !

"ஒரு புதிய மனிதனின் தோற்றம் ஆரம்பமாகிறது. இதனைச் சரியாகப் புரிந்துகொண்டு அவனிடம் நாம் அனைவரும் மிக

அருகில் நெருங்கிச் செல்ல வேண்டியிருக்கிறது.அதற்கு நாம் ஒவ்வொருவரும் அவரவர் பங்கிற்கு கேட்கப்படுகிற தியாகத்துக்கு தயாராக வேண்டும்." என்று சே சொன்னதை கட்டளையாய் ஏற்று களங்காண நம்மை நாம் தயார்படுத்திக்கொள்ள வேண்டாமா ? இதோ சே அழைக்கிறார்..

"எதிரி எந்த மூலைக்கெல்லாம் போரை எடுத்துச் செல்கிறானோ அங்கெல்லாம் நாம் போரை முன்னெடுத்துச் செல்லவேண்டும். அவனது வீடுகளுக்கு சினிமா அரங்கிற்கு எடுத்துச் செல்லவேண்டும் முழுமையான யுத்தம்..ஒரு நிமிடம் கூட அவன் நிம்மதியாக இருக்க அனுமதிக்கக் கூடாது." என சே இட்ட ஆணையை இம்மிபிசகாமல் அமலாக்க வேண்டும். சேவின் மீளா உறக்கம் அக்கடமையை நம் தோள்மீது சுமத்திவிட்டுப் புன்னகைக்கிறது..

"வாழ்வுக்கும் மரணத்துக்கும் எதிரான போராட்டத்தில் எல்லைகளே கிடையாது. உலகின் ஒரு மூலையில் நடப்பது குறித்து நாம் கவலைப்படாமல் இருக்கவும் முடியாது. ஏகாதிபத்தியத்திற்கு எதிரான ஒரு தேசத்தில் ஏதாவது ஒரு பகுதியில் கிடைத்த சிறுவெற்றியானாலும் நம் அனைவரின் வெற்றி அது. அதுபோல் ஏகாதிபத்தியத்திற்கு எதிரான போரில் யாருடைய தோல்வி ஆயினும் அது நம் அனைவரின் தோல்வியே" சே வரைந்த இந்த இலக்கணம் மிகச் சரியானது; மிக முக்கியமானது;சர்வதேசியம் என்பதின் அடித்தளமானது; கம்யூனிஸ்ட் என்பதன் முதல் லட்சணமானது; இந்த வார்த்தைகளின் வெப்பம் நம்முள் என்றும் தகித்துக்கொண்டே இருக்கிறது; ஆகவே சே என தோழன் உன் தோழன் நம் தோழன்...

காஷ்மீரிக் கவிஞன் தீனா நாத் நாதிம் எழுதிய கவிதை சேவுக்கு பொருத்தமான அஞ்சலியாய் இருக்கிறது.. அதனை உரக்கப் பாடுவோம்.

"தோழனே !
என்னருமைத் தோழனே !
புதுமையும், துணிவும் நிறைந்த பாடல்
தங்களின் காதுகளில் விழவில்லையா ?
தங்களிடம் கற்றுக்கொண்டதுதானே இது ?

களைப்பா ?
பயணம் முடிந்த போது ஏன் படுத்திருக்கிறீர்கள் ?
உங்கள் வேலை
இப்போதுதானே துவங்கி இருக்கிறது ?
எப்படி நீங்கள் தூங்க முடியும் ?

தங்கள் ரத்தம் நீராகப் பாய்ந்து
தோட்டம் மலர்ந்திருப்பதைத்
தாங்கள் பார்க்கவில்லையா ?

புதிய காலம் ஒன்றின் விழிவு
விரைவில் நிகழப்போகிறது;
அதற்காகத் தாங்கள் காத்திருக்கக் கூடாதா ?

தோழனே !
என்னருமைத் தோழனே !

எதிர்காலத்தின் சிற்பி
மரணத்தை ஏற்பது சரிதான?
நீங்கள் பேசுவதை நாங்கள் கேட்கக்கூடாதா ?
புதிய முடிவுகளின் விளக்கில்
மகிழ்ச்சியான விட்டிலாக விளையாடினீர்கள் !
நீங்கள் மரணித்திருக்கவே முடியாது !
ஏனெனில் எங்கள் பாதைக்கு என்றென்றும்
கலங்கரை விளக்கம் நீங்கள் !

தோழனே !
என்னருமைத் தோழனே !

அதனாலென்ன ?
நெருப்பு என்றென்றும் உறங்கிக் கொண்டிருக்க முடியுமா ?
நீங்கள் இன்றில்லை.
ஆயின்
உங்கள் அக்னித் தோற்றம் சாகவே சாகாது !
அது
பல்லாயிரம் பொறிகளாக மாறும் ! பரவும் ! வளரும் !

அனைக்கப்பட்ட நிலக்கரியில் நெருப்பு மூட்டப்பட்டதும்
ஜ்வாலை தெரிகிறது; வளர்கிறது; மடிவதில்லை
உங்களிடமிருந்துதான்.

தோழனே !

என்னருமைத் தோழனே !

எனது பாடல் எழுச்சியூட்டும்
இந்த
உறங்கா கங்கை எடுத்துக் கொண்டது !!"